வரலாறும் வழக்காறும்

வரலாறும் வழக்காறும்

ஆ. சிவசுப்பிரமணியன் (1943)

ஆ. சிவசுப்பிரமணியன் தமிழகத்தின் முக்கியச் சமூக விஞ்ஞானிகளுள் ஒருவர். தூத்துக்குடி நகரில் வாழ்ந்துவரும் இவர் நாட்டார் வழக்காற்றியல், அடித்தள மக்கள் வரலாறு ஆகிய துறைகளில் பல நூல்கள் எழுதியுள்ளார். இந்திய விடுதலைப் போராட்ட வரலாற்றில் தமிழகத்தின் பங்களிப்பு குறித்து ஆராய்வதிலும் ஆர்வம்கொண்டவர். பேராசிரியர் நா. வானமாமலையின் மாணவர்.

ஆ. சிவசுப்பிரமணியன்

வரலாறும் வழக்காறும்

காலச்சுவடு பதிப்பகம்

வரலாறும் வழக்காறும் ◆ கட்டுரைகள் ◆ ஆசிரியர்: ஆ. சிவசுப்பிரமணியன் ◆ © ஆ. சிவசுப்பிரமணியன் ◆ முதல் பதிப்பு: டிசம்பர் 2008, ஏழாம் (குறும்) பதிப்பு: ஜூலை 2019 ◆ வெளியீடு: காலச்சுவடு பதிப்பகம், 669, கே. பி. சாலை, நாகர்கோவில் 629001

varalaaRum vazakkaaRum ◆ Articles ◆ Author: aa. civacuppiramaNiyan ◆ © A. Sivasubramanian ◆ Language: Tamil ◆ First Edition: December 2008, Seventh (Short) Edition: July 2019 ◆ Size: Demy 1 x 8 ◆ Paper: 18.6 kg maplitho ◆ Pages: 120

Published by Kalachuvadu Publications Pvt. Ltd., 669, K.P. Road, Nagercoil 629001, India ◆ Phone: 91-4652-278525 ◆ e-mail: publications @kalachuvadu.com

ISBN 978-81-89945-54-1

07/2019/S.No.277, kcp. 2404, 18.6 (7) uss

பணி. ஃபிரான்சிஸ் செயபதி, சே.ச.
அடிகளாருக்கு

இந்நூல் பற்றி

கல்வெட்டுக்கள், பட்டயங்கள், இலக்கியங்கள், பயணக் குறிப்புகள், தொல்லியல் சான்றுகள், நாணயங்கள், அரசு ஆவணங்கள் ஆகியன வரலாற்று வரைவில் சான்றாதாரங்களாகப் பயன்படுத்தப்படுகின்றன.

இவை மட்டுமின்றி மக்களிடையே வழங்கும் வாய்மொழி வழக்காறுகளும், வழிபாட்டுமுறைகளும் வரலாற்று வரைவிற்கான சான்றுகளாக அமையும் தகுதியுடையன என்பதை இந்நூலில் இடம் பெற்றுள்ள கட்டுரைகள் வலியுறுத்துகின்றன. வரலாற்றின் மற்றொரு பகுதியை இந்நூல் நமக்கு அறிமுகப்படுத்துகிறது.

பொருளடக்கம்

முன்னுரை

வரலாறு என்று சொல்லும் போது, திருநெல்வேலி இந்துக் கல்லூரி உயர்நிலைப் பள்ளியில் 'சமூக அறிவியல்' என்ற தலைப்பில் வரலாறு கற்றுக் கொடுத்த திரு.கே.பி. சுப்பிரமணிய அய்யர் நினைவுக்கு வருகிறார். மிகவும் அற்புதமான ஓர் ஆசிரியர் அவர். வரலாறு, புவியியல் என்ற இரண்டையும் இலக்கியம் போல் சுவையாக நடத்துவார்.

பள்ளி இறுதித் தேர்வு தொடங்குமுன் பாடங்களை முடித்துவிட்டு, தேர்வு எப்படி எழுத வேண்டும் என்று அவர் சொன்ன அறிவுரை இன்றும் பசுமையாக நினைவில் உள்ளது. அவர் சொன்னது இதுதான்:

டே பசங்களா, எந்தக் கேள்வியையும் எழுதாமல் விட்டுடாதிங்க. தெரிந்த கேள்விகளுக்குப் பதில் எழுதிட்டு, அப்புறம் தெரியாத கேள்விகளுக்கு எதை யாவது எழுதி வையுங்க. அரை ஒன்னுன்னு ஏதாவது மார்க் கிடைக்கும். அசோகர், அக்பர், இராஜராஜன், கிருஷ்ண தேவராயர் என எந்த அரசனைக் குறித் தாவது 'குறிப்பு எழுது' என்று கேட்டால், சாலை களின் இருபுறமும் நிழல் தரும் மரங்களை நட்டார் கள், சாலைகள் அமைத்தார்கள், சத்திரங்கள் கட்டி னார்கள். வழிப்போக்கர்கள் திருடர் பயமின்றி நடமாடி னார்கள் என்று எழுதிவையுங்க. ஏதாவது மார்க் கிடைக்கும்.

இப்படிச் சொல்லிவிட்டு, மன்னர்களின் சாதனைகளாக, தான் சொன்ன செய்திகளை ஒவ்வொன்றாகக் கூறும்படி வரிசையாகக் கேட்டார். என் முறை வந்தபோது, 'சாலை களின் இருபுறமும் மரம் நட்டார்கள்' என்றேன். சொல்லி முடித்தவுடன் தன் மோதிரக் கையால் தலையில் ஒரு

குட்டு வைத்தார். சரியாத்தானே சொன்னோம் என்று விழித்த போது, 'அபிஷ்டு, நிழல்தரும் மரங்களை நட்டார் என்று சொல்லு' என்றார். இன்றுவரை இச்செய்தி மனதில் நிற்பதற்குத் தலையில் விழுந்த குட்டுதான் காரணம் என்று நினைக்கிறேன்.

ooo

அண்ணாமலைப் பல்கலைக்கழகத்தில் பயின்றுகொண் டிருந்தபோது அறைத்தோழர்களில் ஒருவன் புகுமுக வகுப்பு மாணவன். பாடங்களை உரக்கப்படிப்பான். வரலாற்றுப் பாடத்தில் எழுத்துப் பிழையின்றி ஆங்கிலச் சொற்களை எழுதுவதற்காக, அடிக்கடி வரும் சில சொற்களை அவனது ஆசிரியர் பட்டியலிட்டுக் கொடுத்திருந்தார். அவன் அடிக்கடி உரக்கப் படித்ததால் மனதில் பதிந்த சில சொற்கள் வருமாறு:

captured, attacked, invade, ceased, crowned, defeated, ruled, throne, kingdom, marched, fled.

ooo

பள்ளி ஆண்டுவிழாவில் வரலாற்று நாடகம் நடத்துவது என்பது இன்றுவரை தொடரும் மரபு. இதற்கான தயாரிப்புப் பணியில் ஒன்று, நடிகர்கள் அணியவேண்டிய ஆடை அணிகலன் களைச் சேகரிப்பது மற்றும் உருவாக்குவது. இதன் அடிப்படை யில் சேகரிக்கப்படும் மற்றும் உருவாக்கப்படும் பொருட்களின் பட்டியல் இதுதான்:

கிரீடம், வாள், செங்கோல், ஈட்டி, கேடயம், தோளில் இருந்து தரை வரை புரளும் நீண்ட பளபளக்கும் ஆடை, உயர்ந்த சிம்மாசனம். இவையில்லாமல் ஒரு வரலாற்று நாடகத்தை நாம் கற்பனை செய்துகூடப் பார்க்க முடியாது.

ooo

'தமிழில் வரலாற்று நாவல்கள்' என்ற தலைப்பில் உரை யாற்றும்படி ஒரு கல்லூரியில் அழைத்தார்கள். மூன்று மாத காலஅளவு இருந்தது. ஏற்கனவே படித்தது போக முடிந்த அளவுக்கு வரலாற்று நாவல்களைப் புதிதாகத் தேடிப் படித்தேன் கல்கி, ஜெகசிற்பியன், சாண்டில்யன், விக்கிரமன், கோ.வி.மணி சேகரன் என எல்லோரும் அரண்மனைக்குள்ளும், அந்தப் புரத்திற்குள்ளும், ஆலயங்களுக்குள்ளும், போர்க்களங்களிலும் தம் கதைமாந்தரை உலாவ விட்டிருந்தனர். அரண்மனைச் சதிகளும், கொலைகளும் துப்பறியும் நாவலுக்குரிய பரபரப்பை வரலாற்று நாவலுக்கு ஏற்படுத்தியிருந்தன.

வரலாறு என்றால் அதில் மக்களுக்கும் இடம் உண்டுதானே என்பதை முற்றிலும் மறந்து போனார்கள். மாதவையாவும்,

✧ 12 ✧

பிரபஞ்சனும் மட்டுமே விதிவிலக்காக உண்மையிலேயே வரலாற்று நாவலை எழுதியிருந்தனர்.

○○○

மேற்கூறிய நான்கு செய்திகளும் கற்பனையல்ல. உண்மை யிலேயே நான் அனுபவித்து உணர்ந்தவை. இச்செய்திகளின் அடிப்படையில் கேள்விகள் சில எழுகின்றன.

1. வரலாற்றில் மன்னர்கள் மட்டுமே இயங்கிக்கொண் டிருந்தார்களா?

2. மன்னர்களின் ஆட்சிக்காலத்தில் பொதுமக்கள் எவ்வாறு வாழ்ந்தார்கள்?

3. மன்னர், மன்னரைச் சார்ந்தோர் நீங்கலாக ஏனை யோருக்கு முகவரியில்லையா?

4. மன்னர்களுக்கெதிராகச் சிறு முணுமுணுப்புக்கூட எழவில்லையா?

தமிழர்களின் இரண்டாயிரம் ஆண்டு வரலாற்றுப் பாரம் பரியத்தில், அந்தப்புரங்களையும் போர்க்களங்கயையும் தாண்டி எத்தனை நிகழ்வுகள் நிகழ்ந்துள்ளன.

ஆற்றில் மிதிந்து வந்த மாங்காயைத் திருடிய செயலுக்காக உயிர் பறிக்கப்பட்டாளே சங்ககாலப் பென் ஒருத்தி.

தான் மேய்த்த மாடு பயத்தம்செடியை மேய்ந்துவிட்டதற்காகக் கண்ணைப் பறிகொடுத்தாரே மிஞிலியின் தந்தை.

வைதீக சமயத்தை எதிர்த்தமைக்காகக் கழுவில் ஏற்றப் பட்டார்களே எண்ணாயிரம் சமணர்கள்.

குடி நீக்கிய பிரம்மதேயங்களும், தேவதானங்களும் உருவாகத் தம் நிலத்தை இழந்தார்களே, பல உழவர்கள்.

பிரம்மதேயமாக மாற்றப்பட்ட கிராமங்களில் கள் இறக்கும் உரிமையை இழந்தார்களே ஈழவர்கள்.

'வெண்கலம் எடுத்து மண்கலம் உடைத்து' என்ற விதி முறைப்படி தம் வெண்கலப் பாத்திரங்களைச் சோழப் பேரரசின் சேவகர்களிடம் பறி கொடுத்ததுடன், தம் வீட்டு மட்பாண்டங்களையும் அவர்கள் உடைப்பதைப் பார்த்துக் கொண்டிருந்தனரே சோழர்கால வேளாண்குடிகள்.

வீட்டின் முன்புறம் திண்ணை வைத்துக்கொள்ள, மாடி கட்ட, வெள்ளையடிக்கப் போராடித்தானே சோழர்கால இடையர்கள் இவ்வுரிமைகளைப் பெற்றார்கள்.

ஊதியமில்லாத கட்டாய வேலையை 'வெட்டி', 'ஊழியம்' என்ற பெயர்களில் செய்து மாய்ந்துபோனார்களே நம் முன்னோர்.

தளிச் சேரிப் பெண்டிர்கள் எவ்வாறு உருவாக்கப்பட்டனர்?

அழகான பெண்களைக் கவர்ந்துவந்தும், விலைக்கு வாங்கியும், அவர்களுக்கென 'அம்முவீடு', 'மங்களவிலாசம்', 'கல்யாண மகால்' என்ற இருப்பிடங்களை உருவாக்கிய மன்னர்கள் யார்?

இடுப்புக்கு மேல் ஆடை அணியக் கூடாது என்ற கட்டுப் பாட்டைப் பெண்கள்மீது திணித்த மன்னர்கள் மற்றும் மேட்டிமை சாதியினர் யார்?

இக்கொடுமைகளுக்கெதிரான போராட்டங்கள் நடந்தனவா இல்லையா?

இவ்வாறு ஏராளமான கேள்விகளும் ஆய்வுக்குரிய செய்திகளும் தமிழக வரலாற்றிலும் உண்டு; இந்திய வரலாற்றிலும் உண்டு. அதிகாரபூர்வமான வரலாற்றுப் பாடநூல்களில் இவை இடம்பெறுவதில்லை. தப்பித்தவறி இடம்பெற்றாலும் 'நாமரூப' என்பதுபோல ஒன்றிரண்டு பெயர்களுடன் முடித்துக்கொள்ளப் படும்.

தொடக்கத்தில் குறிப்பிட்ட செய்திகளும், கேள்விகளும் நிகழ்வுகளும் ஓர் உண்மையை உணர்த்துகின்றன. வரலாறு என்பது மக்கள் திரளை மையமாகக் கொள்ளாது தேர்ந்தெடுத்த சிலரை மட்டும் மையமாகக் கொண்டிருப்பதுதான் இதற்குக் காரணம். இல்லையென்றால் என் ஆசிரியர் திரு.கே.பி.எஸ்., மன்னர்களின் சாதனைகளை மட்டும் பட்டியலிட்டிருக்கமாட்டார்.

மன்னர்கள் அரியணையில் அமருதல், போரிடல் என்பனவே வரலாற்றின் முக்கிய நிகழ்வுகள் என்று கற்றுக் கொடுத்த தாலேயே என் அறைத் தோழன் அதை மையமாகக் கொண்ட ஆங்கிலச் சொற்களைத் தேர்ந்தெடுத்து மனனம் செய்தான்.

வரலாறு என்பது மன்னர்கள் இல்லாமல் இல்லை என்ற கருத்து ஆதிக்கம் செலுத்துவதால்தான் வரலாற்று நாடகத்திற்குச் செங்கோலையும் கிரீடத்தையும் தேடி நம் பள்ளி மாணவர்கள் அலைகிறார்கள்.

உலக வரலாற்றிலும் இந்திய வரலாற்றிலும் மன்னர்களைத் தாண்டி நிகழ்ந்த நிகழ்வுகளும் வரலாற்று நிகழ்வுகள்தான் என்ற உண்மை அவர்களுக்கு உணர்த்தப்படவில்லை.

உணர்த்தப்பட்டிருந்தால் கலிலியோ என்ற விஞ்ஞானி கண்ணை இழந்ததும், புருனோ என்ற விஞ்ஞானி உயிருடன்

கொளுத்தப்பட்டதும், மகத் என்ற ஊரின் குளத்து நீரை ஆயிரக் கணக்கான மகர் சாதியினருடன் சென்று அம்பேத்கர் பருகியதும், தஞ்சை மண்ணின் விவசாயிகள் சாணிப்பால் குடித்ததும், சவுக்கால் அடிபட்டதும், அதற்கு எதிராக அவர்கள் கிளர்ந்தெழுந்ததும் வரலாற்று நிகழ்வுதான் என்பதை அறிந்திருப்பர்.

○○○

கி.மு. 73இல் ஸ்பார்ட்டகஸ் என்பவனது தலைமையில் ரோம் நாட்டில் நிகழ்ந்த அடிமைகளின் எழுச்சியை ஹேவோர்ட் பாஸ்ட் என்ற எழுத்தாளர் இருபதாம் நூற்றாண்டில் நாவலாக எழுதினார்.

கிளாரிந்தா என்ற பிராமண விதவை, கட்டாய உடன்கட்டை யிலிருந்து காப்பாற்றப்பட்டதையும், அவர் கிறித்தவ சமயத்தைத் தழுவியதையும் மையமாகக் கொண்டு 'கிளாரிந்தா' என்ற வரலாற்று நாவலை மாதவையா எழுதினார்.

பிரெஞ்சுக் காலனியாக மாற்றப்பட்ட புதுச்சேரியில், அதை ஆளும் பிரெஞ்சு கவர்னரின் ஆதிக்க உணர்வு, வலங்கை இடங்கை சாதியினரிடையிலான மோதல்கள், தேவதாசிகள் மற்றும் தலித்து கள் நிலை, பாதிரியார்களின் செயல்பாடு, ஆளுவோர்கள் இந்துவாக, இஸ்லாமியராக, கிறித்தவராக இருந்தாலும் சுரண்டலிலும், ஆடம்பர வாழ்விலும், ஒடுக்குமுறையிலும் வேறுபாடில்லாமல் இருத்தல் எனப் பதினெட்டாம் நூற்றாண்டின் தமிழ்ச் சமூகத்தைப் படம் பிடிப்பது போல் பதிவுசெய்து, 'மானுடம் வெல்லும்', 'வானம் வசப்படும்' என்ற இரு நாவல்களைப் பிரபஞ்சன் எழுதினார்.

வரலாறு குறித்த இம்மூவரது கண்ணோட்டமும் ஆளுவோரை விட்டுவிலகி, வெகுதிரளான அடித்தள மக்களைச் சார்ந்திருந்ததால் தான் இத்தகைய வேறுபாடான வரலாற்று நாவல்களை அவர்களால் படைக்க முடிந்தது.

மன்னர்கள் – வைசிராய் – கவர்னர் ஜெனரல் – பிரதமர் – முதல்வர் என்ற எல்லைகளைத் தாண்டி அடித்தள மக்களை மையமாகக்கொள்ளும் வரலாற்று வரைவுக்கான அடிப்படைச் சான்றுகளில் நாட்டார் வழக்காறு மிகவும் இன்றியமையாத ஒன்றாகும்.

வழக்காறுகளின் துணையுடன் தமிழ்நாட்டின் சமூக வரலாற்றை எழுத முடியும் என்பதை வெளிப்படுத்தும் வகையில் இந்நூலில் உள்ள கட்டுரைகள் அமைந்துள்ளன.

முதற் கட்டுரையான 'வரலாறும் வழக்காறும்' வரலாற்று வரைவிற்கு வழக்காறுகள் துணை நிற்பதை உணர்த்தும் ஓர் அறிமுகக் கட்டுரை. திருச்சி புனித வளனார் கல்லூரியின் தமிழ்த்

❖ 15 ❖

துறையினர் ஜுலை 2004இல் நடத்திய அருள் திரு. முனைவர் சி. இராசநாயகம்.சே.ச அவர்கள் அறக்கட்டளைச் சொற்பொழிவில் ஆற்றிய உரையின் சுருக்கமாகும். இவ்வுரையாற்ற வாய்ப்பளித்த அக்கல்லூரி நிர்வாகத்திற்கும் தமிழ்த்துறைத் தலைவர் முனைவர் குருசு அந்தோணி அவர்களுக்கும் என் நன்றி உரியது.

இரண்டாவது கட்டுரையான 'பிரம்மஹத்தி', மதுரை காமராசர் பல்கலைக்கழகத்தின் வரலாற்றுத் துறை, 'Myth and Reality in History: correcting perespectives' என்ற தலைப்பில் மார்ச் 2008இல் நடத்திய கருத்தரங்கில் படிக்கப் பெற்றது. 'பிரம்மஹத்தி' என்றழைக் கப்படும் பிராமணப் பேயை மையமாகக்கொண்டு உருவான புராணக் கதைகளையும், நம்பிக்கைகளையும் ஆராய்ந்து இவற்றின் உருவாக்கத்திற்கான காரணத்தை இக்கட்டுரை ஆராய்கிறது. திருவிடைமருதூர் பிரம்மஹத்தி சிற்பத்தின் புகைப்படத்தை எடுத்துதவிய பொறியாளர் திரு. மோகன சுந்தரத்திற்கும் என் நன்றி உரியது. இக்கட்டுரையைப் படிக்க வாய்ப்பளித்த ம. கா. பல்கலைக்கழகத்தின் வரலாற்றத் துறையினருக்கும் குறிப்பாக வரலாற்றுத் துறைத் தலைவர் முனைவர் சந்திரபாபு அவர் களுக்கும் என் நன்றி உரியது.

மூன்றவாது கட்டுரையான 'மன்னன் மதிப்பன் கதை', கதைப்பாடல் தலைவர்களான மன்னன், மதிப்பன் என்ற இரு சகோதரர்களை அறிமுகப்படுத்துகிறது.

நான்காவது கட்டுரையான 'சமூக நினைவுகளும் வரலாறும்' மதுரை பாத்திமா கல்லூரி வரலாற்றுத் துறையும், தமிழ்த் துறையும் இணைந்து செம்மொழி ஆய்வுத் திட்டத்தின் நிதி நல்கையுடன் 2007 டிசம்பரில் நிகழ்த்திய கருத்தரங்கில் படிக்கப் பட்டது. சமூக நினைவுகள் வரலாற்றிற்குத் துணைநிற்பதை, பாலியல் வன்முறையை மையமாகக்கொண்ட பழமரபுக் கதைகளின் துணையுடன் இக்கட்டுரை உணர்த்துகிறது.

ஐந்தாவது கட்டுரையான 'மலைத் தோட்டத் தொழிலாளர் களின் நாட்டார் பாடல்கள்', சென்னைப் பல்கலைக்கழத்தின் வரலாற்றுத் துறை செப்டம்பர் 2006இல் 'New Dimensions in Historiography: Focus on Folk Lore' என்ற தலைப்பில் நடத்திய கருத்தரங்கில் படிக்கப்பெற்றது. ஒப்பந்தக் கூலிகள் என்ற பெயரில் பர்மா (மியான்மர்), மலேயா, இலங்கை ஆசிய நாடுகளுக்கு அழைத்துச் செல்லப்பட்ட தமிழர்களின் அவல வாழ்க்கையை நாட்டார் பாடல்களின் துணையுடன் இக்கட்டுரை அறிமுகப் படுத்துகிறது.

ஆறாவது கட்டுரையான 'சொக்கத்தங்கம் செம்புலிங்கம்' செம்புலிங்கம் என்ற சமூகம் சார் கொள்ளையரை மையமாகக் கொண்டது.

ஏழாவது கட்டுரையான 'நீடாமங்கலம் கொடுமை', 2007ஆம் ஆண்டு 'சிந்தனையாளன்' பொங்கல் இதழுக்கு எழுதிய கட்டுரை யின் விரிவாக்கமாகும். சமபந்தியில் உணவருந்தியமைக்காகக் காங்கிரஸ்காரரால் தலித் மக்கள் மொட்டையடிக்கப்பட்ட கொடுமையை இக்கட்டுரை எடுத்துரைக்கிறது. இக்கட்டுரையை முதலில் வெளியிட்ட 'சிந்தனையாளன்' இதழாசிரியர் திரு. புகழேந்தி அவர்களுக்கும், 'குடியரசு' இதழில் வெளிவந்த படங்களைப் படம் பிடித்துதவிய அன்புத்தம்பி லோகு என்ற லோகநாதனுக்கும், படம் எடுக்க அனுமதி பெற்றுத் தந்த தோழர் கலி. பூங்குன்றன் அவர்களுக்கும், அதற்குத் துணை நின்ற தோழர் கே. வண்ணமுத்து அவர்களுக்கும் என் நன்றி உரியது.

எட்டாவது கட்டுரையான 'செந்துண்டு – முத்திரை மரக்கால் செங்கொடி', பொதுவுடைமை இயக்கம் உருவாக்கிய விவசாயிகள் சங்கம் நடத்திய பண்பாட்டு, பொருளாதார அரசியல் போராட்டங் களை அறிமுகப்படுத்துகிறது. செப்டம்பர், 2007இல் கடலூரில் நடந்த விவசாயத் தொழிலாளர் சங்க மாநில மாநாட்டில் ஆற்றிய உரையின் சுருக்கமே இக்கட்டுரை. உரையாற்ற அழைத்து இக் கட்டுரை உருவாகக் காரணமாக அமைந்த தமிழ்நாடு விவசாய இயக்கத் தோழர்கள் முத்தரசன், துரை மாணிக்கம் ஆகிய இருவருக்கும், துணை நின்ற முனைவர் கமாராசுக்கும் என் நன்றி உரியது.

ஒன்பதாவது கட்டுரை 'இதெல்லாம் தெரிஞ்சதனாலதான்', அன்பு அண்ணாச்சி தோழர் நல்லகண்ணு அவர்களது போராட்ட வாழ்க்கையில் நிகழ்ந்த சில நிகழ்வுகளை அறிமுகப்படுத்துகிறது. தோழர் சுப. வீரபாண்டியன் 'மக்களின் மனிதன்' என்ற தலைப்பில் 2005ஆம் ஆண்டில் வெளியிட்ட கட்டுரைத் தொகுப்பில் இடம்பெற்ற இக்கட்டுரை விரிவுபடுத்தப்பட்டு வெளியாகிறது. இக்கட்டுரையை எழுதத்தூண்டிய சுப. வீரபாண்டியன், திரு. மணா (ஆசிரியர். 'புதிய பார்வை') ஆகியோருக்கும் என் நன்றி உரியது.

பத்தாவது கட்டுரையான, 'நினைவுகளே வரலாறாய்', 'ஒரு நகரமும் ஒரு கிராமமும்' என்ற நூலின் வெளியீட்டு விழாவில் ஆற்றிய உரையின் சுருக்கமாகும். இக்கட்டுரையை வெளியிட்ட 'உங்கள் நூலகம்' இதழுக்கும் அதன் பொறுப்பாசிரியர் தோழர் சண்முக சரவணனுக்கும் என் நன்றி உரியது.

கையெழுத்துப் படி உருவாக்கத்தில் துணை நின்ற வ.உ.சி. கல்லூரி ஆங்கிலத் துறைப் பேராசிரியர் திரு.ரகு அந்தோணி, திரு.ஆ. ஜெய்சிங் ஆகிய இருவருக்கும் என் நன்றி.

இக்கட்டுரைகளை ஒருசேரத் தொகுத்து நூல்வடிவில் வெளியிடும் 'காலச்சுவடு' பதிப்பகத்திற்கும், இதற்குத் தூண்டு

கோலாய் அமைந்த திரு.சு. கண்ணன், முனைவர் ஆ.இரா. வேங்கடா சலபதி ஆகிய இருவருக்கும் என் நன்றி உரியது.

○○○

சேசு சபைத் துறவியான அருட் திரு. பிரான்சிஸ் செயபதி அடிகளார் மானிடவியலிலும் நாட்டார் வழக்காற்றியலிலும் ஆழமான புலமை மிக்கவர். நல்ல கள ஆய்வாளர். என்ன காரணத்தினாலோ எழுதுவதைத் தவிர்த்து வருபவர். எழுத்தாளர்களுக்குப் பின்புலமாக இருந்துவருபவர். கருத்துவேறுபாடுகளுக்கு மதிப்பளிக்கும் பண்பாளர். அவர் நிறுவி வளர்த்த நாட்டார் வழக்காற்றியல் ஆய்வு மையம் (தூய சவேரியார் கல்லூரி, பாளையங்கோட்டை) கல்விப் புலம் சார்ந்த – சாராத ஆய்வாளர்கள், நாட்டார் நிகழ்த்து கலைஞர்கள் ஒருசேரச் சந்தித்துக் கலந்துரையாடிக் கருத்துப் பரிமாற்றம் செய்யும் நிறுவனமாக அமைந்துள்ளமை குறிப்பிடத் தக்கது. இதற்கு வித்திட்ட அவருக்கு இந்நூலைக் காணிக்கை யாக்குவதில் பெரிதும் மகிழ்கிறேன்.

உ க

வரலாறும் வழக்காறும்

தமிழர்களாகிய நமக்கு நெடிய வரலாற்றுப் பாரம்பரியம் உண்டு. கிறித்துவுக்கு முந்தைய காலத் திலேயே எழுத்து வடிவம் பெற்றுத் திகழ்ந்த மொழி தமிழ்மொழி. ரோம், கிரேக்கம் போன்ற தொன்மை நாகரிக நாடுகளுடன் வாணிபத் தொடர்புகொண்டிருந்த சிறப்பு நமக்குண்டு.

ஆயினும் நம் வரலாறானது சமூகம் சார்ந்த வரலாறாக இன்னும் எழுதப்படவில்லை. வரலாறு என்பது ஒப்பாரும் மிக்காரும் இல்லாத, தன்னிகரில்லாத தலைமக்களை மையமாகக்கொண்டே இன்றுவரை நோக்கப்படுகிறது. இதற்கு ஓர் அடிப்படைக் காரணம், நமக்கு வரலாற்றுப் பாரம்பரியம் இருந்தும், கணக்கற்ற வரலாற்றுச் சான்றுகள் இருந்தும் நமது வரலாற்று வரை வியல் என்பது அய்ரோப்பிய வரலாற்று அறிஞர்களால் உருவாக்கப்பட்டமைதான்.

இந்தியாவின் வரலாற்று வரைவை உருவாக்கிய இவர்கள் அய்ரோப்பியத் தன்னின உயர்வு வாதத்திற்கு (Ethnocentrism) ஆட்பட்டவர்கள். தம்முடைய வரவால் தான் நாகரிகத்தின் ஒளியே நம்மீது பட்டது என்று மனப்பூர்வமாக நம்பினார்கள். எனவே இந்தியாவின் மற்றும் தமிழ்நாட்டின் சமூகப் பண்பாட்டு வரலாற்றைப் புறக்கணித்தார்கள். இந்தியாவை ஆண்ட மன்னர்களின் பட்டியலாக இந்திய வரலாறு உருவாக்கப்பட்டது.

கால வரிசைப்படி நிகழ்ச்சிகளைத் தொகுத்துக் கூறுவது மட்டுமே வரலாறு என்ற வரையறைக்குள் நின்று, மன்னர்கள், அவர்கள் நிகழ்த்திய போர்கள், ஆட்சிப்பரப்பை விரிவுபடுத்தியது அல்லது இழந்தது

என்பனவற்றை இவ்வரலாறுகள் விரிவுபடக் கூறிச்சென்றன. இத்தகைய வரலாறுகளைப் படித்துச் சலிப்பெய்தியதால்தான் கவி தாகூர்,

> தேர்வுகளுக்காக நாம் படித்து மனப்பாடம் செய்யும் இந்திய வரலாறு நம்மை அச்சுறுத்தும் நடுநிசிக் கதை களாகவே உள்ளது. மர்ம மனிதர்கள், திடீரெனத் தோன்று கின்றனர். வன்முறையும், கொலைகளும் தொடர்கின்றன. தந்தைக்கும், மகனுக்கும் அண்ணன் தம்பிகளுக்குமிடையே அரியணைக்காகப் போட்டிகள் நடைபெறுகின்றன. ஒரு கும்பல் வெளியேறினால் மற்றொன்று வருகிறது. ஆப்கானியர், முகலாயர், போர்ச்சுக்கீசியர், பிரெஞ்சுக் காரர் மற்றும் ஆங்கிலேயர் என்று பலரும் சேர்ந்து இந்தப் பயங்கரக் கதைகளை மேலும் சிக்கலாக்குகிறார் கள். பளபளக்கும் வண்ணங்களால் தீட்டப்பட்ட காட்சி களால் மங்கிப் போன இந்தக் கண்ணாடியின் வழியாகப் பார்த்தால் உண்மையான இந்தியாவைக் காண முடியாது. உண்மையான இந்தியர்கள் இந்திய வரலாற்றில் எங்கே இருக்கிறார்கள்? இந்தக் கேள்விக்கு மேற்கூறிய வரலாற்றில் பதிலில்லை. வன்முறைகளிலும், கொலைகளிலும் ஈடு பட்டவர்களைத் தவிர வேறு இந்தியர்கள் இருந்ததில்லை யென்ற எண்ணம்தான் இந்த வரலாற்றைப் படிப்பவர் களுக்குத் தோன்றும் (*Birendranath Datta, 2002* பக் : *33, 34*).

என்று வருந்தி எழுதியுள்ளார். இன்று 'இத்தகைய மரபு வழி' வரலாற்றுக்கு மாற்றாக ஒரு புதிய வரலாற்றை உருவாக்கும் அவசியத்தைப் பல வரலாற்றறிஞர்கள் உணர்ந்துள்ளனர்.

பழைய வரலாற்றுத் தடத்திலிருந்து விடுபட்டு 'மாற்று வரலாறு' (*Alternative History*) ஒன்றை உருவாக்கும் காலகட்டத்தில் நாம் உள்ளோம். 'புதிய வரலாறு' (*New History*), 'சாமானியர் வரலாறு' (*Gross roots History*), 'அடித்தள மக்கள் வரலாறு' (*Subaltern Studies*), 'விளிம்பு நிலையினர் வரலாறு' (*History of Maginals*) என்ற வரலாற்றுப் பள்ளிகள் மரபுவழி வரலாற்றுக்கு மாற்றாக உருவாகியுள்ளன.

"வரலாறு என்பது வர்க்கங்களுக்கிடையிலான போராட்டம்" என்ற மார்க்சியச் சிந்தனையுடன் இவை உடன்பட்டும் முரண் பட்டும் நிற்கின்றன.

மார்க்சியத்துடன் நெருங்கி வருவது போல் இவை காட்சியளித்தாலும் வர்க்கப் போராட்டம் என்பதை இவை மெதுவாகப் புறந்தள்ளிவிடுகின்றன. ஆயினும் இவற்றுக்கிடையில் ஓரளவு ஒற்றுமையுண்டு.

ஆ. சிவசுப்பிரமணியன்

புதிய வரலாற்றை உருவாக்குவதென்பது, புதிய வரலாற்று வரைவை உருவாக்குவதில்தான் தொடங்கும். வரலாற்று வரை வியலைக் கற்கும் வரலாற்று மாணவன் வெவ்வேறு வகையான, ஒன்றுக்கொன்று மாறுபட்ட வரையறைகளையும், விளக்கங் களையும் படித்தாக வேண்டும். ஆனால் இவ்வேறுபாடுகளுக் கான அடிப்படைக் காரணத்தைப் பாடநூல்கள் விளக்கு வதில்லை.

வரலாற்று வரைவியலில் காணப்படும் இவ்வேறுபாடுகளைக் குறித்து கே.என். பணிக்கர் (2002:12) குறிப்பிடும்போது, அவை கல்விப்புலம் சார்ந்திருத்தலோ, அறிவார்ந்த வேறுபாடுகளைக் கொண்டிருத்தலோ அதற்குக் காரணமல்ல. அதிகாரத்திற்கான போராட்டத்தை அவை பெரிதும் பிரதிபலிப்பதுதான் காரணம் என்று குறிப்பிடுவார்.

இந்திய வரலாற்று வரைவில் இதற்குச் சான்றாக, காலனியச் சார்பான வரலாற்று வரைவையும், கீழைத்தேய வாதம் (Orientalism) சார்பான வரலாற்று வரைவையும் குறிப்பிடலாம். தமிழ்நாட்டு வரலாற்று வரைவில், இவை தவிர வடமொழி சார்பானது, தமிழ்மொழி சார்பானது என்ற இரு வரலாற்று வரைவுகள் உருவாயின. முன்னது பிராமணர்களாலும், பின்னது அவர்களையடுத்திருந்த வேளாளர்களாலும் உருவாக்கப்பட்டன.

காலனியச் சார்பான வரலாற்றியலாளர்கள் இந்திய மன்னர்களின் தன்னிச்சையான கொடுங்கோல் ஆட்சிமுறை களை மிகைப்படுத்திக் காட்டினர். அதே நேரத்தில் உலகெங்கிலும் நிலவுடைமை ஆட்சியில் இத்தகைய நிலையே நிலவியது என்பதை மறந்துவிட்டனர்.

பணிக்கர் (2002:13) கூறுவது போன்று இந்தியர்கள் அய்ரோப் பியரிடம் தோற்றுப்போனமைக்கு, அய்ரோப்பியர்களின் தொழில் நுட்ப மேலாண்மையே காரணம் என்பதை உணர்த்தவில்லை. மாறாக, இன அடிப்படையில் இந்தியர்கள் தாழ்ந்தவர்கள் என்பதே காரணம் என்ற கருத்தை அவர்கள் உருவாக்கி யிருந்தனர்.

கீழைத்தேய வாதத்தின் தாக்கத்திற்கு, ஓரளவு உட்பட்ட, தேசியம் சார்ந்த வரலாற்று வரைவானது, பண்டைய இந்தியா வின் வேதங்கள், ஸ்மிருதிகள், காவியங்கள் ஆகியனவற்றில் மட்டுமீறி ஈடுபாடுகாட்டி, பண்டையப் பெருமையில் முகம் புதைத்தது. இந்தியாவின் கடந்த காலப் பண்பாட்டை விளக்கும் முயற்சியில் பிராமணர், க்ஷத்திரியர் என்ற இரு பிரிவுகளைக் குறித்தே அதிகம் பேசியது. சூத்திரர்கள், அவர்ணர்கள் (வருணம் அற்றவர்கள்) ஆகியோரின் வாழ்க்கை நிலையைக் கவனத்தில் கொள்ளத் தவறியது.

மற்றொரு பக்கம் இந்து சமயம் சார்ந்த இந்து தேசியம், 'வேதங்களுக்குத் திரும்புதல்' (வேதகாலத்திற்குத் திரும்புதல்) என்ற முழக்கத்தை முன்வைத்தது.

ஆயினும் இந்து தேசியத்தை உள்வாங்காத தன்மை கொண்ட தேசிய வரலாற்று வரைவும் இருந்தது என்பதையும் மறுப்பதற் கில்லை. நமது பண்டைய நாகரிகம், பண்பாடு, வரலாறு ஆகியவற்றின் சிறப்பியல்புகளைச் சுட்டிக் காட்டிய அதே நேரத்தில் இந்திய வரலாற்று வரைவை நிகழ்காலம் நோக்கித் திருப்ப இவர்கள் முயலவில்லை. அத்துடன் சமயச் சார்பிலிருந்து விலகி நிற்கவும் இல்லை.

தமிழ்நாட்டைப் பொறுத்தளவில் சங்க காலமும், பிற்காலச் சோழர் காலமும் பொற்காலங்களாகச் சித்தரிக்கப்பட்டன. வடமொழிசார் பண்பாட்டை முன்நிறுத்தி, தமிழர்தம் வரலாற் றையும், பண்பாட்டையும் ஓரங்கட்டி வந்த போக்கிற்கு எதிரான நிலைப்பாடாகவே பொற்காலம் குறித்த இச் சித்தரிப்பு உருவாகியது. இது தவிர்க்க முடியாத ஒன்றுதான். ஆயினும் கடந்தகால வரலாறு குறித்த திறனாய்வை இது புறக்கணித்தது. இதன் தொடர்ச்சியாக வரலாறு என்பது போற்றித் துதிப்பதற் குரிய ஒன்றாக மாற்றப்பட்டுவிட்டது.

இந்திய வரலாற்று வரைவுகள் அனைத்திலும் காணப்படும் பொதுப் பண்பு அதன் மேட்டிமை (Elitism) சார்புதான். ஒடுக்கப் பட்டோர் மற்றும் விளிம்பு நிலையினர் இவ்வரலாற்று வரை விற்குள் அனுமதிக்கப்படவில்லை. அவர்களது குரல் அதில் இடம் பெறாது போய்விட்டது. பணிக்கர் கூறியது போல், 'அதிகாரத்திற்கான போராட்டத்தைப் பிரதிபலிக்கும் தன்மை யினால்' சமூக வாழ்வில் அதிகாரமற்றவர்களுக்கு, வரலாற்று வரைவிலும் இடம் மறுக்கப்பட்டுவிட்டது.

இதற்கு ஒரு முக்கியக் காரணம், சாதிய மற்றும் வர்க்க மேலாண்மைச் சிந்தனை கொண்டோரே வரலாற்று வரைவில் முன்நின்றதுதான். இதன் காரணமாகவே அடித்தள மக்களது நலனும் எதிர்பார்ப்பும் எதிர்க்குரலும் வரலாற்று நூல்களில் பதிவாகவில்லை.

'வரலாறு என்பது வர்க்கங்களுக்கிடையிலான போராட்ட மாகவே இதுவரை இருந்துள்ளது' என்ற மார்க்சியச் சிந்தனையின் தாக்கம் இந்திய வரலாற்றில் மெல்ல மெல்லப் பதியத் தொடங் கியதும், ஒரு சமூகத்தின் பொருள் உற்பத்தி முறையில் ஏற்படும் மாறுதல்கள் அச்சமூகத்தில் ஏற்படுத்தும் பாதிப்புகளையும், ஒவ்வொரு சமூக அமைப்பிலும் உடைமையாளர்களின் நலனைப் பாதுகாக்கும் அமைப்பாகவே அரசு என்ற அமைப்பு செயல் பட்டு வந்துள்ளதையும் இது சுட்டிக்காட்டியது. ஆட்சியாளர்கள்,

   ஆ. சிவசுப்பிரமணியன்

தாம் செய்துள்ளதாக விளம்பரப்படுத்திக்கொள்ளும் சாதனை களுக்குப் பின்னாலுள்ள அவலங்களும், ஒடுக்கப்பட்டோரின் பங்களிப்பும் இவ்வரலாற்று முறையியல் வாயிலாக வெளி வந்தது. இவ்வகையில் இது குறிப்பிட்டுச் சொல்லக்கூடிய பணியை ஆற்றிவருகிறது.

வருணமும் வர்க்கமும்

இந்திய வரலாற்றில் வர்க்கங்களுடன் வருணமும் இணைந்தே வந்துள்ளது. இதன் அடிப்படையில், பொருள் உற்பத்தி முறை என்ற எல்லைக்குள் அடங்காத சில வரலாற்றுச் சிக்கல்கள் இந்திய வரலாற்றில் உண்டு. எனவே, முதலாளி – குட்டி முதலாளி, தொழிலாளி, உதிரித் தொழிலாளி, நிலப்பிரபு, குடியானவன் என்ற வர்க்கப் பாகுபாடுகளைத் தாண்டி நிற்கும் சாதியப் பாகுபாடுகளும் கணக்கில் கொள்ளத்தக்கவை. இந்திய மார்க்சிய வரலாற்று வரைவியல் இதை உள்வாங்கியாக வேண்டிய கட்டாயத்தில் உள்ளது. குறைந்தபட்சம் இது குறித்துச் சிந்தித்து விவாதிக்க வேண்டிய தார்மீகக் கடமை அதன்முன் உள்ளது.

சிவாஜியின் மராத்தியப் பேரரசும், மொகலாயப் பேரரசிற்கு அவன் சவாலாக இருந்தமையும், சில ஆங்கில வரலாற்றாசிரியர்களால் 'மலை எலி' என்று அவன் அழைக்கப் பட்டதும் மட்டும் வரலாற்று முக்கியத்துவம் கொண்டதல்ல.

சூத்திரனாகப் பிறந்த சிவாஜி, பிராமணர்களுக்குக் கணக்கற்ற காணிக்கையை வழங்கிச் சில சடங்குகளுக்குத் தன்னை ஆட்படுத்தியதன் வாயிலாக, சத்திரியனாகத் தன் பிறப்பை மாற்றிக்கொண்டு, மன்னனாக முடி சூட்டிக் கொண்டானே! இதுவும் ஆய்வுக்குரிய வரலாற்றுச் செய்திதான்.

சிவாஜிக்குப் பல நூற்றாண்டுகளுக்கு முன்பு தமிழ்நாட்டில் களப்பிரர் மரபில் வந்த கூற்றுவ நாயனார், தனக்கு முடி சூட்ட வேண்டும் என்று கேட்டபோது, தில்லைவாழ் அந்தணர்கள் ஏன் மறுத்தனர்?

'சூத்திரன் ஆட்சி புரியும் நாட்டில் பிராமணர்கள் வாழக் கூடாது' என்ற மனுதர்ம சுலோகத்திற்கும் இவ்வரலாற்று நிகழ்வுகளுக்கும் தொடர்புண்டா என்று ஆராய்வதும் வரலாற் றாசிரியனின் கடமைதானே?

வரலாற்றாவணங்கள்

இத்தகைய மாற்று வரலாற்று வரைவுக்கான வரலாற்றுத் தரவுகள் குறித்தும் நாம் யோசிக்க வேண்டியுள்ளது. பொதுவாக வரலாறு எழுதுவதற்குத் தொல்லியல் சான்றுகள், கல்வெட்டுகள்,

செப்புப் பட்டயங்கள், பழைய நாணயங்கள், இலக்கியங்கள், வெளிநாட்டார் பயணக் குறிப்புகள், நாட்குறிப்புகள், அரசு ஆவணங்கள் போன்றவை அடிப்படைத் தரவுகளாக அமைகின்றன.

இத்தரவுகள் எல்லாம் பெரும்பாலும் மேட்டிமையோரைச் சார்ந்தவை. இவற்றுள் சில அவர்களாலும், அவர்களைச் சார்ந்தவர்களாலும் மட்டுமே உருவாக்கப்படுபவை. அப்படி யானால் அடித்தள மக்களின் வரலாற்று வரைவிற்கு இவை மட்டும் போதுமா என்ற வினா எழுகிறது.

இவ்வினாவிற்கு விடையாக அமைவது, மக்களால் உருவாக்கப்படும் வழக்காறுகள்தான். நாட்டார் பாடல்கள், பழமொழிகள், வாய்மொழிக் கதைகள், நாட்டார் தெய்வங்கள், அவை தொடர்பான வழிபாட்டு முறைகள், பழக்க வழங்கங்கள், நம்பிக்கைகள், கதைப்பாடல்கள், கர்ண பரம்பரையாய் வழங்கி வரும் வாய்மொழிச் செய்திகள், சடங்கு முறைகள் என்பன எல்லாம் அடித்தள மக்களால் உருவாக்கப்பட்டு, அவர்களிடையே வழங்கி வருபவை. இவற்றின் பயன்பாடு பலதரத்தவை. இவற்றின் அடிப்படை நோக்கம் வரலாற்றைக் கூறுவதல்ல. எனினும் இவை அடித்தள மக்களின் வரலாற்றுக்கு உதவும் தரவுகளைத் தம்முள் அடக்கியுள்ளன.

இந்த இடத்தில் மற்றொரு கேள்வி எழலாம். வழக்காறுகள் ஒரு குறிப்பிட்ட பகுதி மக்களிடம் உருவாகி அவர்களிடையே வழங்கி வருபவை. இதன் அடிப்படையில் சாதி, சமயம், வட்டாரம், தொழில் ஆகியனவற்றின் தாக்கம் அதில் அழுத்தம் பெற்றிருக்கும் வாய்ப்பு அதிகம். இதனால் இவை ஒரு பக்கச் சார்பானவை. எனவே எப்படி இவற்றைத் தரவுகளாக ஏற்றுக்கொள்ள முடியும் என்பதே அக் கேள்வி.

இதே கேள்வியை, கல்விப்புலம் சார்ந்த வரலாற்று வரைவில் பயன்படுத்தும் ஆவணங்களை நோக்கியும் எழுப்ப முடியும். இக்கேள்வியை, ஈ.எச்.கார் (2004 : 33 – 34) என்ற வரலாற்றறிஞர் எழுப்பி அதற்கு விடையும் கூறியுள்ளார். அது வருமாறு:

> இந்த ஆவணங்கள், ஆணைகள், உடன்படிக்கைகள், குத்தகைகள், பதிவேடுகள், நீலப் புத்தகங்கள்*, அதிகாரி களின் கடிதங்கள், தனி நபர்களுடைய கடிதங்கள், நாட் குறிப்புகள் ஆகியவை நமக்கு எதைத் தெரிவிக்கின்றன? ஒரு ஆவணத்தைத் தயாரித்தவர் என்ன நினைக்கிறாரோ அதைத்தான் ஆவணம் தெரிவிக்கிறது. நடந்த சம்பவத்தைப் பற்றி அவர் என்ன நினைத்தார், என்ன நடக்க வேண்டும்,

---

* சட்ட புத்தகங்கள்

  ஆ. சிவசுப்பிரமணியன்

எப்படி நடக்கப்போகிறது என்று அவர் எண்ணத்தை அல்லது அவருடைய எண்ணம் என்று மற்றவர்கள் கருத வேண்டும் என்று அவர் விரும்பியதை அல்லது அவர் நினைத்ததைக்கூட ஆவணம் தெரிவிக்கிறது. வரலாற்றாசிரியன் ஆவணத்தை ஆராய்ந்து அதன் பொருளைக் கண்டுபிடிக்கின்றவரை, ஆவணத்துக்கு அர்த்தம் கிடையாது. ஆவணங்களில் இருந்தாலும் இல்லாவிட்டாலும் விவரங்களைப் பயன்படுத்திக் கொள்வதற்கு முன்பு வரலாற்றாசிரியன் அவற்றை ஆய்வு செய்ய வேண்டும். வரலாற்றாசிரியன் அவற்றைப் பயன்படுத்திக்கொள்கின்ற முறையில்தான் ஆவணங் களின் பயன்முறை இருக்கிறது.

ஈ.எச்.காரின் இக்கூற்றை வழக்காறுகளின் மீதும் நாம் பொருத்திப் பார்க்க முடியும். வழக்கமான வரலாற்றுத் தரவுகளை வரலாற்றாசிரியன் எப்படிப் பயன்படுத்த வேண்டும் என்பதை,

அடிப்படையான விவரங்கள் என்று சொல்லப்படுகின்ற இவை, எல்லா வரலாற்று ஆசிரியர்களுக்கும் பொது வானவை. அத்துடன் இவை வரலாற்று ஆசிரியருடைய மூலப்பொருள்கள் என்ற ரகத்தைச் சேர்ந்தவை; வரலாற்றில் சேர்ந்தவை அல்ல. அந்த விவரங்களை நிறுவ வேண்டிய அவசியம் அந்த விவரங்களின் தன்மை யினால் அல்ல, வரலாற்று ஆசிரியனுடைய காரணம் – விளைவைப் பற்றிய முடிவுதான் காரணம்.

விவரங்கள் தாமே பேசும் என்று சொல்லப்படுகிறது. இது உண்மையல்ல. வரலாற்று ஆசிரியன் அழைத்தால் தான் விவரங்கள் பேசுகின்றன. எந்த விவரங்களைப் பேசுமாறு அழைக்க வேண்டும், எந்த வரிசையில் அல்லது எந்தச் சூழலில் என்பதை முடிவு செய்வது வரலாற்று ஆசிரியரே. விவரம் என்பது ஒரு சாக்குப்பை; அதில் சாமான்களை வைத்தால்தான் அது நேராக நிற்கும் என்று பிரான்டெல்லோவின் நாடகப் பாத்திரங்களில் ஒருவர் கூறினார்

என்று ஈ.எச்.கார் (2004:28) விளக்கியுள்ளார். அவரது இக்கூற்று, வழக்காறுகளுக்கும் பொருந்தும் என்பதில் ஐயமில்லை. வழக்காறு களும் மூலப்பொருள் போன்றவைதாம். அவற்றை எவ்வாறு பயன்படுத்த வேண்டும் என்பதை வரலாற்றாசிரியன், தனது உலகக்கண்ணோட்டத்திற்கு ஏற்ப முடிவு செய்கிறான்.

இத்தகைய அணுகுமுறையில் நாட்டார் வழக்காறுகளையும் அணுக முடியும். வழக்காறுகள் சமூகத்தில் ஒரு குறிப்பிட்ட

பகுதியினரிடம் உருவாகின்றன என்பது உண்மைதான். இதன் அடிப்படையில் இவற்றிற்கு ஒரு சார்பு நிலை இருப்பது தவிர்க்க வியலாது என்பதையும் மறுக்க முடியாது. இத்தகைய சார்புநிலை எழுத்தாவணங்களுக்கும் உண்டு என்பதை ஈ.எச்.காரின் கூற்றாக மேலே பார்த்தோம். வரலாற்றாய்வாளனின் பணி இத்தகைய ஆவணங்களிலிருந்து உண்மையைக் கண்டறிவதுதான். இந்த இடத்தில் இர்பான் ஹபிபின்,

> ஒன்றுடன் ஒன்று வினையில் ஈடுபடக்கூடிய இரு வேதியியல் பொருட்களைப் பிரிக்கக்கூடிய விஞ்ஞானி யைப் போன்று வரலாற்று ஆசிரியர் தன்னுடைய தரவு களைத் தனித்தனியே பிரிக்க முடியாது. ஒரு தனி நிகழ்வு என்பது ஒன்றுடன் ஒன்று தொடர்புடைய பல நிகழ்வு களுடன் இணைந்தே நடைபெறுவதால் இவற்றில் எந்த ஒரு நிகழ்வையும் தனியே ஒதுக்கியோ அல்லது அனைத்தை யும் சேர்த்தோ ஒரே நிகழ்வாகக் காண முடியாது. பல நிகழ்வுகளின் தொகுப்பிலிருந்து தனது ஆய்விற்கு எவை முக்கியமோ அந்த நிகழ்வுகளை மட்டுமே ஒருவர் கொள்ள முடியும். எனவே வரலாற்றுச் சான்றுகள் என்பன வரலாற்று ஆசிரியரால் தேர்வு செய்யப்பட்டவை மட்டுமல்ல, அவை சார்புடையவையும் ஆகும். ஏனெனில் அவை வரலாற்று ஆசிரியரின் தேர்வுகள் ஆகும் (*Soumen Sen, 2004* : பக். *42*)

என்ற கூற்றை நினைவில் கொள்ளுவதும் பொருத்தமாக இருக்கும். இயற்றியவர் அல்லது உருவாக்கியவர் யார் எனத் தெரியாது, மக்களிடையே வழங்கிய மேற்கூறிய வாய்மொழி வழக்காறுகள், அவை உருவான காலத்தின் பதிவுகளாக விளங்குகின்றன. இதன் அடிப்படையில் அவற்றுள் சில, வரலாற்றுத் துணுக்கு களையோ செய்திகளையோ தன்னுள் கொண்டிருக்கின்றன. அத்துடன் வரலாற்றில் இடம் மறுக்கப்பட்ட மக்களின் மன உணர்வுகளையும் பதிவு செய்துள்ள ஆவணங்களாகவும் விளங்கு கின்றன.

நம் வரலாற்று வீரர்கள்

ஒவ்வொரு சமூகமும் தனக்கெனச் சில வீரர்களைத் தம் சமூக அடையாளமாகக் கொண்டிருக்கும். தமிழ்நாட்டின் கிராமப்புறங்களைப் பொறுத்த அளவில் இறந்துபோன, பெரும் பாலும் கொலையுண்டு இறந்துபோன மனிதர்களே தெய்வமாக வழிபடப்படுகின்றனர். இதன் அடிப்படையில் இத்தகைய தெய்வங்களைக் 'கொலையில் உதித்த தெய்வங்கள்' என்ற ழைப்பது பொருத்தமானது. ஆதிக்கச் சாதியினர் உருவாக்கிப் பாதுகாத்து வரும் சமூக மரபுகளை மீறியதனாலும், அவர்களின்

                                                          ஆ. சிவசுப்பிரமணியன்

காழ்ப்புணர்ச்சிக்கு ஆளாகியதாலும் கொலையுண்டு இறந்து போன வீரர்கள் தெய்வமாக்கப்படுகிறார்கள். இதன்பின் இத்தெய்வங்களைக் குறித்த வாய்மொழிக் கதைகளும், கதைப் பாடல்களும் மக்களிடையே நிலைபெற்றுவிடுகின்றன. ஆனால், வரலாற்றாய்வில் இவற்றைப் புறக்கணித்துவிடுகிறோம். உண்மை யில் இத்தகைய வீரர்களின் கதைகளை முழுமையாகத் தொகுத்தால், ஆதிக்கச் சாதியினருக்கு எதிரான எதிர்க் குரலையும், ஆதிக்கச் சாதியினரின் குரூரமான பழிவாங்கும் செயலையும் நாம் இனங்காண முடியும்.

புறக்கணிக்கப்பட்ட வீரர்கள்

பிராமணர், சத்திரியர், வைசியர், சூத்திரர் என்ற நான்கு பிரிவுகளை வடமொழி ஸ்மிருதிகள் குறிப்பிட, அரசர், அந்தணர், வணிகர், வேளாளர் என்ற நான்கு பிரிவுகளைத் தமிழ் இலக்கண இலக்கியங்கள் குறிப்பிடுகின்றன. இதைக் கூர்ந்து நோக்கும் போது சத்திரியர் என்ற வர்ணப்பிரிவு ஆட்சி செய்யவும், போரிடவும் தகுதி பெற்றது என்ற வடமொழிக் கருத்துக்கு மாறாக அரசர் என்ற பதவி மட்டுமே இங்கு குறிப்பிடப் பட்டுள்ளதை உய்த்துணர முடியும். மேலும் வாழும் நிலப்பகுதி (திணை), அங்கு மேற்கொள்ளும் தொழில் அடிப்படையிலான பிரிவுகளைச் சங்க இலக்கியங்கள் குறிப்பிடுகின்றன. உழவர் களையும், கைவினைஞர்களையும் உள்ளடக்கிய சூத்திரர் பிரிவுக்கு மாறாக வேளாளர் என்ற பிரிவு தொல்காப்பியத்தில் இடம்பெற்றுள்ளது. இன்று 'பிள்ளை', 'முதலியார்' என்ற சாதிப் பட்டங்களைக் கொண்டோர் வேளாளர் சாதியாகக் கருதப் படுவது போலன்றி வேளாண் தொழிலில் ஈடுபட்டோர் அனை வருமே வேளாளர் எனப்பட்டனர். சிலப்பதிகாரத்தில் இடம் பெறும் வேளாண் பூதம் குறித்த வர்ணனையும் இதை உறுதிப் படுத்துகிறது. 'பிள்ளை', 'முதலி' என்பன பதவிப் பெயர்களாகவே சோழர் காலக் கல்வெட்டுகளில் குறிப்பிடப்பட்டுள்ளன. 'பறை முதலி' என்ற சொல்லாட்சி கல்வெட்டுகளில் இடம் பெற்றுள்ளது. குலசேகரப் பாண்டியனின் அமைச்சராகப் பிள்ளைப் பட்டம் பெற்ற தகியுடின் என்ற இஸ்லாமியர் இருந்துள்ளதாகக் கல்வெட்டு அறிஞர் ராசு குறிப்பிடுகிறார். அச்சுத தேவராயன் காலத்திய கல்வெட்டொன்றில் 'கனக ராயர் கணக்கப்பிள்ளை ராவுத்தனாயன் எழுத்து' என்ற தொடர் இடம் பெற்றுள்ளது.

போர் செய்வதையே தொழிலாகக் கொண்ட சத்திரியர் என்ற சமூகப் பிரிவு நம்மிடம் இருந்ததில்லை என்றால் யார் போர் செய்தார்கள் என்ற வினா எழுகிறது. சங்க இலக்கியங்கள் குறிப்பிடும் போர்களில் குறவர், ஆயர், மறவர், மள்ளர், பரதவர், ஆவியர், கோசர் என்ற பழங்குடிகள் போரிட்டதைப் பார்க்

கிறோம். இதன் அடிப்படையில் இவர்களே குறுநில மன்னர் களாகவும், வேந்தர்களாகவும் விளங்கியுள்ளனர் என்று யூகித் தறியலாம். சாணன், வன்னியன் என்ற பட்டங்களைக் கொண்டுள்ள வீரர்களைக் கல்வெட்டுகள் குறிப்பிடுகின்றன.

பல்லவர் ஆட்சியில் தொடங்கி, பின்னர் பிற்காலச் சோழர், பாண்டியர் ஆட்சிக் காலத்தில், வடபுலத்தின் வருண முறைகள் இங்கு வேர்விடத் தொடங்கிய போது உடல் உழைப்புடன், குறிப்பாக நிலத்துடன் நேரடித் தொடர்புகொண்டிருந்த மக்கள் சமூக வாழ்வில் சிறிது சிறிதாக ஒரங்கட்டப்பட்டனர். தேவதானங்கள், பிரம்ம தேயங்கள் என்ற பெயரில் தானமாக வழங்கப்பட்ட நிலங்களில் ஆதிக்கம் செலுத்துவோராகப் பிராமணர் மாறினர்.

நில உரிமையை வைத்துக்கொண்ட பிராமணர் அல்லாதார் வேளாளர்களாகவும் நில உரிமை பறிக்கப்பட்டோர் உழு குடிகளாகவும் மாறினர். அவர்களின் குடிப்பெயர்கள் இழிவு கொண்டதாக மாற்றப்பட்டன. என்றாலும் இது ஒரே நாளில் நிகழ்ந்துவிடவில்லை.

சோழர் காலக் கல்வெட்டுகளில், தீண்டத்தகாதவர் என்று ஒரங்கட்டப்பட்ட மக்கள் பிரிவினர், சைவக் கோவில்களுக்குக் கொடை வழங்கும் அளவுக்குப் பொருளாதார மேம்பாடு கொண்டிருந்தமை, தறி நெசவு செய்தமை, எழுத்தறிவு பெற்றிருந்தமை போன்ற செய்திகள் இடம் பெற்றுள்ளன.

விஜய நகரப் பேரரசின் ஆட்சியில் பாளையங்கள் என்ற பிரிவுகள் தென் தமிழகத்தில் உருவாயின. பாளையக்காரர்கள் என்ற பெயரில் அதை ஆளுவோர்களாகத் தெலுங்கு மொழி பேசுவோர்களே பெரும்பாலும் நியமிக்கப்பட்டனர். ஒன்றிரண்டு பாளையங்களில் மறவர் சமூகத்தினர் பாளையக்காரர்களாக நியமிக்கப்பட்டனர்.

நிலைப்படையைக் கொண்டிராத இப்பாளையக் காரர்கள், தேவைப்படும்போது மதுரை நாயக்கருக்குப் படை உதவி செய்ய வேண்டியிருந்தது. அவ்வப்போது பக்கத்துப் பாளையக்காரர்களுடன் பொருது தம் ஆட்சிப்பரப்பை விரிவுபடுத்தவும் செய்தனர்.

இதற்கெல்லாம் அவர்கள் உழுகுடிகளிடம் இருந்துதான் போர்வீரர்களைத் திரட்டினர். தங்கள் ஆதிக்கத்திற்கு உதவும் என்பதால் சாதிபேதம் அவர்கள் பார்க்கவில்லை. இவ்வகையில் தான் பாஞ்சாலங்குறிச்சிப் பாளையத்தின் போர்வீரர்களாக, பள்ளர் என்று அழைக்கப்பட்ட அப்பகுதி மள்ளர்கள் திகழ்ந் தார்கள்.

   ஆ. சிவசுப்பிரமணியன்

கிழக்கிந்தியக் கம்பெனியின் ஆட்சிக்கெதிராகத் தமிழ் நாட்டுப் பாளையக்காரர்கள் நிகழ்த்திய போராட்டத்தில் புலித்தேவர், கட்டபொம்மன், ஊமைத்துரை, அழுகுமுத்துக்கோன், சின்னமலை, மருது சகோதரர், வேலு நாச்சியார் ஆகியோரது பெயர்கள் வரலாற்று நூல்களில் பதிவாகியுள்ளன.

அதே நேரத்தில் இப்போராட்டத்தில் பங்கேற்ற ஒண்டி வீரன், சுந்தரலிங்கம், பொட்டிப்பகடை ஆகியோரது பெயர்கள் வரலாற்று நூல்களில் இடம் பெறத் தவறிவிட்டன. 'அமைதி யின் சதி' (Conspiracy of Silence) என்று கூறுவதற்கேற்ப, இவர்களைப் பற்றி எதுவும் குறிப்பிடாமல் விட்டதற்கான காரணம் வெளிப் படையானது.

கிழக்கிந்தியக் கம்பெனியார் உருவாக்கிய அதிகார பூர்வமான ஆவணங்களில் தம்முடன் நேரடியான பகை யுணர்வோ நட்புறவோ கொண்டிருந்த பாளையக்காரர்களை மட்டுமே பதிவு செய்துள்ளனர். ஆவணப் பதிவு இல்லையென்ற ஒரே காரணத்திற்காக, பாளையக்காரர்களுடன் இணைந்து போராடிய அடித்தள மக்கள் பிரிவினைச் சார்ந்த மேற்கூறிய வீரர்களின் பெயர்களை நம் வரலாற்று நூல்கள் பதிவு செய்யத் தவறிவிட்டன.

கதைப்பாடல்களின் மறுபக்கம்

இருபதாம் நூற்றாண்டின் இறுதிப் பகுதியில்தான், பல்வேறு மக்கள் பிரிவினர், அதிகாரபூர்வ வரலாற்று நூல்களில் இடம் மறுக்கப்பட்ட தம் வீரர்களை அடையாளம் கண்டு அவர்களை அறிமுகப்படுத்தும் பணியினை மேற்கொண்டனர்.

இம்முயற்சியில் வாய்மொழி இலக்கியங்களே அவர் களுக்குப் பெரிதும் துணை நிற்கின்றன.

இவற்றின் துணையுடன் வரலாற்றைக் கட்டமைக்கும் போது மிகுந்த எச்சரிக்கையுணர்வுடன் செயல்படுவது அவசியம். ஏனெனில் இவற்றை உருவாக்கியோரின் தற்சார்பையும் உலகக் கண்ணோட்டத்தையும், புரிந்துகொள்ளாமல் அப்படியே பயன் படுத்துவது நமது புரிதல்களில் தவறுதலை ஏற்படுத்தும்.

சான்றாக, கட்டபொம்மனின் கொடூரமான மரணத்திற்குப் பின் ஒருவகையான கழிவிரக்கத்திற்கு ஆட்பட்ட நிலையில், பாஞ்சாலங்குறிச்சியின் அழிவிற்குப் புலம்பி வருந்தி, அவனது எதிர்ப்புணர்வுக்கு அழுத்தம் கொடுக்கத் தவறிவிட்ட கதைப் பாடல்கள் உருவாகியுள்ளன. காலப்போக்கில் இரக்கத்திற்கும் அனுதாபத்திற்கும் உரிய பாத்திரமாக மட்டுமே அவன் மாற்றப்பட்டுவிட்டான்.

ஜகவீர பாண்டியனாரின் 'பாஞ்சாலங்குறிச்சி வீர சரித்திரம்' இத்தகைய வாய்மொழி இலக்கியங்களை முற்றிலும் நம்பி எழுதப்பட்டதால் இக்குறைபாடு அந்நூலில் இடம் பெற்றுவிட்டது.

கட்டபொம்மன் என்ற வீரனின் மறைவும், பாஞ்சாலங் குறிச்சிப் பாளையத்தின் அழிவும் அன்றைய வரலாற்றுச் சூழலில் தவிர்க்க இயலாதவை. அழிவின் காரணமாகவே வரலாறு கட்டபொம்மனுக்கு ஓர் இடத்தை வழங்கியுள்ளது. இல்லையெனில் பல பாளையக்காரர்களுள் ஒருவனாகவே கருதப்பட்டு, சாமானிய மனிதர்களிடம் அவன் பெயர் பரவலாக அறிமுகமாகி இருக்காது.

கிழக்கிந்தியக் கம்பெனியை எதிர்த்துப் போரிட்டமைக்காகத் தான் கட்டபொம்மன் தூக்கிலிடப்பட்டான். அவன் வழி வந்தோர் சிலருக்குக் கிழக்கிந்திய கம்பெனியார் உதவித்தொகை வழங்கப்பட, அவர்களுள் சிலர் நன்றிக்கடனாக 'கும்பினிச் செல்வம்' என்ற பெயரைத் தாங்கியுள்ளனர்.

அதே நேரத்தில் கம்பளத்து நாயக்கர் சமூகத்தினர் சிலர் கிழக்கிந்தியக் கம்பெனிக்கு வரிகட்டுவதைத் தவிர்ப்பதற்காக, வேளாண்மை செய்வதையே கைவிட்டுள்ளனர். மேல்மாந்தை ஊரில் வாழ்ந்த கம்பளத்தார்கள் கட்டபொம்மனுக்கு உதவாத காரணத்திற்காக, அவர்கள் வீட்டில் உணவருந்துவதைப் பிற கம்பளத்தார்கள் நீண்டகாலமாகத் தவிர்த்து வந்துள்ளனர்.

தனக்கும் தன் பாளையத்திற்கும் நேரப்போகும் அழிவைப் பற்றிக் கவலைப்படாமல், தீரத்துடன் கிழக்கிந்தியக் கம்பெனியை எதிர்த்துப் போராடியமையே கட்டபொம்மனின் சிறப்பாகும். ஆனால் இதை மறந்துவிட்டு, திருவைகுண்டத்தில் இருந்த, கிழக்கிந்தியக் கம்பெனியின் நெற்களஞ்சியத்தை அவனது தானாதிபதி கொள்ளை அடித்ததால் கும்பினியாரின் பகை ஏற்பட்டு, அவன் அழிந்து போனான் என்று வருந்தும் போக்கில், கதைப்பாடல்களும், வாய்மொழிச் செய்திகளும் உருவாகி யுள்ளன.

திருவைகுண்டம் நெற்களஞ்சியத்தில் இருந்த நெல் கிழக்கிந்தியக் கம்பெனி, வரியாக வாங்கியதாகும். மன்னர்கள் மற்றும் பாளையக்காரர் ஆட்சியில், பகைவனின் சொத்துக்களைப் போர் என்ற பெயரில் கவர்ந்து வருவது நடைமுறையில் இருந்த பழக்கமாகும். திருவைகுண்டம் நெற்களஞ்சியக் கொள்ளையிலும் இதுதான் நடந்துள்ளது.

இக்கொள்ளை நடைபெறாவிட்டாலும் வரிகட்ட மறுத் தமைக்காக கட்டபொம்மன் மீது தாக்குதலைக் கிழக்கிந்தியக்

　　　　　　　　　ஆ. சிவசுப்பிரமணியன்

கம்பெனி நடத்தியிருக்கும் என்பதில் ஐயமில்லை. வரிகட்டும் செயலைக் கட்டபொம்மன் மேற்கொண்டிருந்தால் கம்பெனியின் பகை ஏற்பட்டிருக்காது. ஆனால் அவன் பெயர் வரலாற்றில் இடம் பெற்றிருக்காது. எத்தனையோ பாளையங்களைப் போல் பாஞ்சாலங்குறிச்சிப் பாளையம் நிலைத்திருக்கும். ஆனால் அதற்கென்று இன்று இருக்கும் தனிச்சிறப்பு கிடைத்திருக்காது என்பதுதான் உண்மை.

இந்தியத் தேசியம், இந்திய விடுதலை போன்ற கருத் தாக்கங்கள் உருவாகாத காலத்தில், ஒரு வீரனின் அழிவுக்கு மட்டும் வருந்திய நிலையில், அவன் போராட்டத்திற்குப் பின்னால் இருந்த அரசியலைப் பொதுமக்கள் புரிந்துகொள்ள வில்லை. இதனால்தான் மேற்கூறிய அணுகுமுறையில் கட்ட பொம்மனை நோக்கியுள்ளனர்.

வாய்மொழி வழக்காறுகள் முரண்பாடான பல செய்தி களைக் கொண்டிருக்கும் என்பதை இவை உணர்த்துகின்றன. இதைப் புரிந்துகொண்டே இவற்றைப் பயன்படுத்த வேண்டும்.

போர்களையும் அவற்றின் விளைவாக ஏற்பட்ட ஆட்சி மாற்றங்களையும் பதிவு செய்யும் அறிவுத்துறை என்ற நிலையைக் கடந்து, அடித்தள மக்களின் வாழ்வைப் பதிவு செய்யும் அறிவுத் துறையாக வரலாறு மாற வேண்டும். இதற்கு வழக்காறுகளின் பங்களிப்பு மிகவும் இன்றியமையாத ஒன்று. இதற்குச் சான்றாகச் சில எடுத்துக்காட்டுகளைக் குறிப்பிடலாம்.

பழமொழிகள் உணர்த்தும் வரலாற்றுச் செய்திகள்

ஒரு குறிப்பிட்ட சூழலில், ஒரு கருத்தை விளக்க அல்லது வலியுறுத்தவே பழமொழிகள் மக்களால் பயன்படுத்தப்படு கின்றன. இவ்வாறு பயன்படுத்தும் நோக்கம் எதுவாயினும், சில பழமொழிகள் கடந்த காலச் சமூக நிகழ்வுகளை அல்லது நினைவுகளைத் தம்முள் கொண்டிருக்கும் தன்மையன. சான்றாகச் சில பழமொழிகள் விளக்கும் செய்திகளைக் குறிப் பிடலாம்.

"ஆனை துரத்தினாலும் ஆனக்காவில் ஒண்டாதே."

சைவ வைணவச் சமயங்களில் பகையுணர்ச்சி நிலவிய காலத்தில் இப்பழமொழி உருவாகியிருக்க வேண்டும். அஞ்சத் தகுந்த வகையில் ஒருவனை யானை துரத்தும் நிலையில்கூடத் தன் உயிரைக் காப்பாற்றிக் கொள்ளும் வகையில் ஆனைக்காவில் ஒதுங்கக் கூடாது என்பது இப்பழமொழியின் பொருளாகும்.

இங்கு ஆனைக்காவு என்பது திருவரங்கம் அருகிலுள்ள திருவானைக்கா என்ற ஊரைக் குறிக்கும். இது சைவர்களின்

புண்ணியத் தலங்களில் ஒன்று. திருவரங்கத்தில் வாழும் கடுத்த வைணவர்கள் இத்தலத்தை ஒரு பொருட்டாகக் கருதுவதில்லை என்பதுடன் அதை வெறுக்கவும் செய்தார்கள். எனவே யானை தன்னைத் துரத்தும் இக்கட்டான சூழலில் கூடத் தன் உயிரைக் காப்பாற்றிக்கொள்ளும் வழிமுறையாக சைவத்தலமான திருவானைக்கா ஊருக்குள் நுழைந்துவிடக் கூடாது என்பதனை இப்பழமொழி வலியுறுத்துகிறது. தமிழ்நாட்டில் நிகழ்ந்த சைவ வைணவ மோதல்களின் ஆழத்தை இப்பழமொழியின் வாயிலாக அறிய முடிகிறது.

திருநெல்வேலி மாவட்டத்தின் தென்மேற்கில் உள்ள கிராமம் திருக்குறுங்குடி. இது வைணவர்களின் புண்ணியத்தலம். இங்குள்ள கோவில் சிற்ப வேலைப்பாடுகளைக் கொண்டது. வைணவ சமயத்தின் தலைவர்களாக விளங்கும் ஜீயர்களில் ஒருவர் இங்கு வாழ்கிறார். இக்கோவிலுக்கும் மடத்துக்கும் உரிமையாக வளமான நிலங்கள் ஏராளமாக உள்ளன.

இத்தகைய சமயச் சிறப்புமிக்க ஊரை மையமாகக்கொண்டு 'தின்பவன் தின்பான் திருக்குறுங்குடியான் தெண்டமிறுப்பான்' என்ற பழமொழி இம்மாவட்டத்தின் பல பகுதிகளிலும் வழக் கிலுள்ளது. தனக்குத் தொடர்பில்லாத ஒரு செயலுக்கோ, ஒரு மனிதனுக்கோ, தன்னுடைய பொருளைச் செலவழிக்கும் சூழலில் மனம் நொந்து போய் இப்பழமொழியைக் கூறுவர். இப்பழமொழிக்குள் சமயத்தின் பெயரால் நிகழ்ந்த சுரண்டல் குறித்த செய்தி மறைந்துள்ளது.

ஜீயர் மடத்துக்கு உரிமையான நிலங்களைக் குத்தகைக்கு எடுக்கும் விவசாயிகளிடம், தனக்குரிய பங்கு நெல்லை வாங்க அரசு முத்திரையிட்ட மரக்காலைப் பயன்படுத்தும் வழக்கம் இம்மடத்தில் கிடையாது. அளவு அதிகம் பிடிக்கும் மரக் காலையே பயன்படுத்துவர். இவ்வாறு முறைகேடாகப் பெற்ற குத்தகை நெல்லின் துணையால், 'மூட முழங்கை நெய் வடிய' பிராமணர்கள் மட்டும் மடத்தில் அறுசுவை உணவருந்துவர்.

இது கண்டு நொந்த குடியானவர்கள், யாரோ உண்ண நாம் இப்படி நெல் அளிக்க வேண்டியுள்ளதே என்று வருந்திய நிலையில் இப்பழமொழியை உருவாக்கியுள்ளனர். ஓர் உழைப்புச் சுரண்டலை இப்பழமொழி வெளிப்படுத்தியுள்ளது. தற்போது கள்ள மரக்கால் மறைந்துவிட்டாலும் இப்பழமொழி மட்டும் இன்றும் வழக்கிலுள்ளது.

நொடிக்கதை அல்லது செய்தித் துணுக்கு

தனி மனிதன் ஒருவனை மையமாகக் கொண்டோ, குறிப் பிடத்தக்க நிகழ்வு, குறிப்பிடத்தக்க ஊர், இடம் ஆகியன

   ஆ. சிவசுப்பிரமணியன்

குறித்தோ கதை போன்று வேடிக்கையாகச் சித்தரிப்பது இதன் இயல்பாகும். பெரும்பாலும் வரலாற்றில் இடம்பெற்றுள்ள மனிதர்களையும், வட்டாரம் சார்ந்த நிகழ்வுகளையும் உள்ளடக் கியதாக இது அமையும். இதுவும்கூட வரலாற்றுச் சான்றாக அமையும் தன்மையது. சான்றாக, மதமாற்றம் குறித்த செய்தித் துணுக்கைக் குறிப்பிடலாம்.

மதமாற்றங்களைத் தனி மனிதர் மேற்கொண்ட மதமாற்றம், குழும மதமாற்றம் என இரண்டாகப் பகுக்கலாம். ஒரு குறிப் பிட்ட சாதியினர் அல்லது ஊரினர் கூட்டாக மதம் மாறுவது குழும மதமாற்றம் ஆகும். மதமாற்றம் குறித்த ஆய்வு சமயம் அல்லது சமூகவியல் துறை சார்ந்த ஒன்றாகவே கருதப்படுகிறது.

ஆனால் மதமாற்றத்திற்கும் வரலாற்றிற்கும் நெருங்கிய தொடர்பு உண்டு. பல்வேறு சமூகக் கொடுமைகள்தான் குழும மதமாற்றத்திற்குத் தூண்டுதலாக இருந்துள்ளன. ஆனால் இவை முறையாகப் பதிவு செய்யப்படவில்லை. ஆயினும் இவ்வாறு சமூகக் கொடுமையில் இருந்து தம்மைப் பாதுகாத்துக் கொண்ட செய்தியை வாய்மொழி மரபாகக் கூறி, பிந்தைய தலைமுறையினர் அதை அறியும்படி செய்துள்ளனர்.

நெல்லை மாவட்டத்தில் உள்ள குருவிகுளம் என்ற கிராமத்தில் வாழும் காட்டு நாயக்கர் சமூகத்தினரில் ஒரு பிரிவினர் கத்தோலிக்கர்களாக உள்ளனர். அவர்களின் மதமாற்றம் குறித்து உரையாடியபோது, அப்பகுதி ஜமீன்தாரின் பாலியல் வன்முறையிலிருந்து தம் குடும்பப் பெண்களைப் பாதுகாத்துக் கொள்ளும் வழிமுறையாகவே தம் முன்னோர்கள் மதம் மாறிய தாக முதியவர் ஒருவர் குறிப்பிட்டார். மதம் மாறியதால் மட்டும் தப்பித்துவிட முடியுமா என்று வினவிய போது, 'நாங்கள் நம்பர் போட்ட மரம்' என்றார். இது குறித்து விளக்கம் கேட்ட போது, 'சர்க்காருக்குச் சொந்தமான மரத்துக்குத்தான் நம்பர் போட்டிருக்கும். அதை யாரும் வெட்ட முடியாது. வெட்டினால் தண்டனை கிடைக்கும். அதுபோல்தான் கிறித்தவர்களும்' என்றார்.

பிரெஞ்சு மிஷனெரிகள் இவர்களிடையே பணியாற்றி யுள்ளன. அரசு உயர் அதிகாரிகளிடம் வாதிட்டு, தம் சமயம் சார்ந்த மக்களுக்குப் பாதுகாப்பு வழங்கும் வல்லமையும் அர்ப்பணிப்பும் அவர்களிடம் இருந்துள்ளது. இதனால் கத்தோலிக்கப் பெண்களிடம், பாலியல் வல்லுறவு மேற் கொள்ளுவதை ஜமீன்தார் தவிர்த்துள்ளார் என்பது புரிந்தது.

நான்குநேரியில் இருந்து ஏர்வாடி செல்லும் வழியில் உள்ள கிராமம் பறப்பாடி. இதற்குத் தென்மேற்கில் உள்ள

ஊர் டோனாவூர். இது சீர்திருத்தக் கிறித்தவச் சபையின் பழமையான மிஷன் ஸ்டேசன் (மறைத்தளம்).

ஐரோப்பியத் தமிழ் அறிஞர்களில் ஒருவரான ரேனியஸ் அய்யரின் மகனான இளம் ரேனியஸ் டோனாவூரில் தங்கி, கிறித்தவ மறைபரப்பும் பணியில் ஈடுபட்டு வந்தார். ஒருநாள் இவர் தம் குதிரையில் ஏறிப் பயணிக்கும் போது பரப்பாடி கிராமத்தைக் கடக்க நேரிட்டது.

அப்போது, தனக்கெனக் குளம் வெட்டும் பணியை மேற் கொண்டிருந்த நிலக்கிழார் ஒருவர், வேலையில் ஈடுபட்டிருந்த தலித் மக்களைச் சவுக்கால் அடித்து வேலை வாங்கிக்கொண் டிருந்தார்.

இது கண்டு மனம் கொதித்துப்போன அவர் தம் குதிரையை விட்டு இறங்கி, நிலக்கிழாரின் கையில் இருந்த சவுக்கைப் பிடுங்கி, அவரை அடித்துவிட்டு, இனி அடித்து வேலை வாங்கக் கூடாது என்று எச்சரித்துவிட்டு, தன் பயணத்தைத் தொடர்ந் தார்.

இச்செயலால் ஈர்க்கப்பட்ட தலித் மக்கள், குதிரையில் வந்தவர் யார் என்பதை விசாரித்தறிந்து, பின் அவரைச் சந்தித்து அனைவரும் சீர்திருத்தக் கிறித்தவர்களாக மதம் மாறினர்.

தமிழ்நாட்டுக் கிறித்தவர்களில் அடித்தள மக்கள் பிரிவினரே எண்ணிக்கையில் மிகுந்தவர்கள் என்ற நிலையில், அவர்களது மதமாற்றம் குறித்த வாய்மொழி வழக்காறுகளைத் திரட்டினால், மதம் மாறுவதற்கு முன்பு அவர்கள்மீது இழைக்கப்பட்ட இது போன்ற சமூகக் கொடுமைகளைக் கண்டறியலாம்.

இவ்வாறு வாய்மொழியாக வழங்கும் வழக்காறுகள் பல வரலாற்றுச் செய்திகளைத் தம்முள் கொண்டுள்ளன. இவை மட்டுமின்றி, கோவில் சார்ந்த சடங்குகளும் வாழ்க்கை வட்டச் சடங்குகளும் வரலாற்றுத் தரவுகளாகப் பயன்படுகின்றன. இவற்றையெல்லாம் பயன்படுத்தும் ஒரு முறையியலாக வாய் மொழி வரலாறு உருப்பெற்றுள்ளது.

கற்பனை என்று ஒதுக்கும் புராணக் கதைகளும் மக்களின் சமூக நினைவுகளும் பாடல்களும் எப்படி வரலாற்றை வெளிப் படுத்துகின்றன என்பதை இந்நூலில் இடம்பெற்றுள்ள கட்டு ரைகள் வாயிலாக அறிந்துகொள்ளலாம்.

துணைநூற்பட்டியல்

கார்.ஈ.எச்., 2006. வரலாறு என்றால் என்ன?

Birendranath Datta, 2002. *Folklore and Historiography.*

   ஆ. சிவசுப்பிரமணியன்

Panikkar.K.N., 2002. "Alternative Historiographics : Changing Paradigms of Power." *The Struggle for the Past - Historiography Today.* Edited by Felix Wilfred.

Soumen Sen, 2004. *Khasi Jaintia Folklore - Context, Discourse and History.*

ജ ഇ

பிரம்மஹத்தி

நாட்டார் வழக்காறுகளின் ஒரு வகைமையான வாய்மொழிக் கதைகளை, புராணம், பழமரபுக் கதை, நாட்டார் கதை என மூன்றாகப் பகுத்துள்ளனர். இவற்றுள் புராணக் கதையின் இயல்புகளாகப் பின்வருவன அமை கின்றன.

    (i)   மக்கள் இதை உண்மையானதாகவும் புனிதமான தாகவும் கருதுகின்றனர்.

    (ii)   இதில் இடம்பெறும் கதை மாந்தர் மனித இனம் சாராதோர்.

    (iii)   கதையில் பல்வேறு உலகங்கள் இடம்பெறும்.

    (iv)   கதை நடைபெற்ற காலம் நினைவிற்கெட்டாத நெடுங்காலம்.

வில்லியம் பாஸ்கம் என்பவர் குறிப்பிடும் இவ்வரை யறை பெரும்பாலும் தமிழ்ப் புராணங்களுக்கும் பொருந்தும். அதே நேரத்தில் தமிழ்ப் புராணக் கதைகளில் இடம் பெறுவோர், வரலாற்று மனிதர்களாகவும் குறிப்பிட்ட காலத்தில் வாழ்ந்தவர்களாகவும் அமை வதுண்டு.

சான்றாக சேக்கிழாரின் திருத்தொண்டர் புராணத் தில் இடம்பெறும் திருநாவுக்கரசர், திருஞான சம்பந்தர் போன்ற நாயன்மார்களும் முதலாம் மகேந்திரவர்மன், கூன்பாண்டியன் என்றழைக்கப்படும் நின்றசீர் நெடுமாறன் போன்ற மன்னர்களும் வரலாற்று மாந்தர்களே. ஆயினும் இயற்கை பிறழ்ந்த நிகழ்வுகளும், விண்ணுலகம் குறித்த செய்திகளும் திருத்தொண்டர் புராணத்தில் பரவலாக இடம் பெற்றுள்ளன.

                ஆ. சிவசுப்பிரமணியன்

எனவே உண்மையும் கற்பனையும் கலந்த கலவையாகவும் தமிழ்ப்புராணங்கள் சில அமைவதுண்டு என்று கருதுவதில் தவறில்லை.

இப்புராணங்களை எழுத்து வடிவம் பெற்றவை; வாய்மொழி மரபில் உள்ளவை என்று இரண்டாகப் பகுக்கலாம். எழுத்து வடிவிலான புராணங்களின் பனுவல் பெரும்பாலும் மாறுதல் அடையாத நிலைத்த பனுவலாக (Fixed Text) இருக்கும். வாய் மொழியாக வழங்கிவரும் புராணமானது, பல்வேறு திரிபு வடிவங்களைக் கொண்டிருக்கும்.

ஒரே புராணம் எழுத்து வடிவிலும், வாய்மொழி வடிவிலும் வழங்குவதுண்டு. இவை இரண்டும் தம்முள் ஒத்தும், மாறுபட்டும் இருக்கலாம். சைவ வைணவத் தலங்கள், தலமரங்கள் ஆகியன வற்றையும், இச்சமய அடியார்களையும் மையமாகக் கொண்ட புராணங்கள் எழுத்து வடிவிலும், வாய்மொழி வடிவிலும் வழங்குவதை இதற்குச் சான்றாகக் குறிப்பிடலாம்.

இப்புராணங்கள், சமய எல்லையைத் தாண்டி நின்று, சில நேரங்களில் வரலாற்று ஆவணமாகவும் அமைவதுண்டு. சில நேரங்களில் ஏதோ ஒரு வரலாற்றுத் தேவை சில புராணங் களின் உருவாக்கத்திற்குக் காரணமாய் இருந்துள்ளது. இவற்றின் அடிப்படையில் புராணங்கள் வரலாற்றாய்வாளரின் கவனத்தை ஈர்க்கின்றன.

வாய்மொழிக் கதைகளை எவ்வாறு வரலாற்றாசிரியர்கள் அணுக வேண்டும் என்று அலெச்சாந்தர் கோந்தரதோவ் என்பவர் பின்வருமாறு குறிப்பிட்டுள்ளார்.

பல்வேறு மக்கட் பகுதியினரிடையே வழங்கிய புராணக் கதைகள், கிராமியக் கதைகள், கற்பனைக் கதைகள் ஆகியனவற்றிலிருந்து கற்பனையினையும் பொய்யையும் நீக்கி வடித்தெடுப்போமானால், காலத்தை மறைத்து நிற்கும் திரை ஊடே வரலாற்று நிகழ்ச்சிகளைக் காண முடியும்.

இத்தகைய அணுகுமுறையில் 'பிரம்மஹத்தி' என்ற பேயை மையமாகக் கொண்டு உருவான புராணக் கதைகளை இக் கட்டுரை ஆராய்கிறது.

பிரம்மஹத்தி

பிரம்மஹத்தி என்பது 'பார்ப்பனப் பேய்' என்ற பொருளைத் தரும் சொல்லாகும்.

'கருநிறமாய்ப் பரட்டைத் தலையுடன், தீப்பொறி சிதறும் கண்களுடன், கோரைப் பற்களுடன் காட்சி தரும். பிராமணனைக் கொன்றவனை வருத்தும்' என்று 'அபிதான சிந்தாமணி' இச் சொல்லுக்கு விளக்கம் தருகிறது. பிரமனது முகத்தில் தோன்றிய காரணத்தால், 'பிரமயோனி', 'பிரமகுலம்' என்று பிராமணர் அழைக்கப்படுவதாக நம்பிக்கையொன்றுண்டு. இதன் அடிப்படையிலேயே 'பிரம்மஹத்தி' என்ற சொல் உருவாகி யுள்ளது. இது குறித்து

(1) பார்ப்பனக் கொலை.

(2) கொன்றவனைத் தொடர்ந்து பற்றும் பார்ப்பனக் கொலைப் பாவம்.

(3) பிரம்மஹத்தி செய்தானைத் தொடர்ந்து வரும் இறந்த வனின் உருவம்

என்ற மூன்று விளக்கங்களை, சென்னைப் பல்கலைக்கழக லெக்சின் தருகிறது. இவற்றுள் மூன்றாவது விளக்கத்தை நம்பச் செய்யும் வகையில் சில புராணக் கதைகள் உண்டு. சான்றாக சில வடிவங் களைக் காண்போம்.

கதை வடிவம் ஒன்று

இக்கதை சிவனை மையமாகக் கொண்டது. பிரமன் நான்கு முகங்களைக் கொண்டுள்ளமையால் நான்முகன் என்று பெயர் பெற்றுள்ளதாகக் கூறுவர். ஆனால் தொடக்கத்தில் அவனுக்கு ஐந்து முகங்கள் இருந்ததாம். இதனால் பொறாமை கொண்ட சிவன் ஐந்தாவது தலையைக் கிள்ளிவிட்டானாம். ஆனால் கிள்ளப்பட்ட தலை அவன் கையில் ஒட்டிக்கொண்டதால், அதையே பிச்சைப் பாத்திரமாகக் கொண்டு, சிறிது காலம் அலைந்து திரிந்து தன் கொலைப் பாவத்தைப் போக்கிக் கொண்டானாம். இதைத் திருநாவுக்கரசர் தம் தேவாரப் பதிகத்தில்,

தாமரையோன் சிரமரிந்து கையிற் கொண்டார்
தலையதனாற் பலி கொண்டார்

என்றும்,

திருஞான சம்பந்தர்
ஓடேகலன் உண்பதும் ஊரிடு பிச்சை,

என்றும் பாடியுள்ளனர்.

கதை வடிவம் இரண்டு

சத்திரிய குலத்தில் பிறந்த இராமன், பிராமணனான இராவணனைப் போரில் கொன்றான். போர் முடிந்த பின்னர்

          ஆ. சிவசுப்பிரமணியன்

பிராமணனைக் கொன்ற பாவத்தைப் போக்கும் வகையில் இராமேஸ்வரத்தில் இலிங்கம் ஒன்றைச் செய்து வழிபட்டான். இதன் அடிப்படையிலேயே இராமேஸ்வரத்தில் இலிங்கவடிவில் உள்ள சிவன் இராமலிங்கம் என்று அழைக்கப்படுகிறார்.

கதை வடிவம் மூன்று

மூன்றாம் குலோத்துங்கச் சோழன் பிராமணன் ஒரு வனுக்குக் கொலைத் தண்டனை விதித்தான். கொலைத் தண்டனைக்கு ஆளான பிராமணனின் ஆவி அவனைத் துன் புறுத்தத் தொடங்கியது. இதிலிருந்து விடுபட, புகழ்வாய்ந்த கோவில்களுக்கு அவன் சென்றான். ஆயினும் அவனுக்குத் தொல்லை நீங்கவில்லை. ஒருநாள் திருவிடைமருதூருக்குச் சென்றான். அங்குள்ள மருதீஸ்வரர் ஆலயத்திற்குள் கிழக்குக் கோபுர வாயில் வழியாக நுழைந்ததும், வழக்கம் போல் பிரம்மஹத்தி அவன் திரும்பி வருவதை எதிர்நோக்கி கோவிலுக்கு வெளியே காத்திருந்தது.

அன்று, அவனது வேண்டுகோளை ஏற்ற தெய்வம் கோவிலின் கருவறைக்குப் பின்னாலுள்ள துவாரத்தின் வழியாக வெளியேறி, மேற்குக் கோபுர நுழைவாயில் வழியாக செல்லும் படி கூறியது. அவனும் அதன்படி சென்றான். அவன் திரும்பிப் பார்த்தபோது வழக்கம் போல் அவனை பிரம்மஹத்தி, பின் தொடரவில்லை என்பதைக் கண்டான். அவன் திரும்பிப் பார்த்த இடம் வனப்பகுதி. எனவே அப்பகுதிக்கு திருப்புவனம் என்று பெயரிட்டுச் சிவாலயம் ஒன்றைக் கட்டுவித்தான்.

பிரம்மஹத்தி அவன் வரவை எதிர்நோக்கிக் கிழக்குக் கோபுரத்தின் தென்பகுதியில் சிலை வடிவில் இன்றும் காத்திருக்கிறது (கிருஷ்ணசாமி அய்யங்கார். எஸ் 1921 : 18−19).

கதை வடிவம் நான்கு

வீரசேனன் பாண்டிய நாட்டு மன்னன். அவன் வேட்டை யாடச் சென்ற போது அம்பு குறி தவறி அங்கு மறைந் திருந்த மறையவன் மேல் பாய, அவன் இறந்தான். வீரசேன் செய்த கொலைப் பாவத்தால் பிரம்மஹத்தி அவனைக் கரிய உருவில் வந்து பிடித்துக்கொண்டது. அவன் செய்வதறியாது திகைத்தான். திருவிடைமருதூரை அடைந்து பூசத் துறையில் நீராடி, கோயிலில் மருத வாணரை வழிபட உள்ளே சென்றான். அப்பொழுது பிரம்மஹத்தியைச் சிவகணங்கள் உள்ளே செல்லவிடாமல் தடுத்தன. மன்னன் பழி நீங்கிப் பல நாள், இடைமருதரை

வழிபட்டு முத்தியும் பெற்றான். (திருவிடைமருதூர்
தல புராணம்)

கதை வடிவம் ஐந்து

பாண்டிய நாட்டை ஆண்ட வரகுணன் வேட்டையாடச்
சென்ற போது, பொழுது மறையும் காலத்தில் குதிரையை
வேகமாகச் செலுத்தி வந்தான். வருகின்ற பாதையில்
பிராமணன் ஒருவன் படுத்து உறங்கிக்கொண்டிருந்தான்.
இதனை அறியாத மன்னன் குதிரையைச் செலுத்தினான்.
குதிரையின் குளம்பு அவன் மார்பில் அழுந்த அவ்
வந்தணன் இறந்தான். மன்னனிடம் இந்தச் செய்தியைக்
காவலர்கள் தெரிவித்தனர். அரசன் நடுங்கினான்.
பிரம்மஹத்தி அவனைப் பிடித்தது. பல தான, தருமங்
களைச் செய்தான். செய்தும் பிரம்மஹத்தி நீங்கவில்லை.
முறையாகக் கூடல் பெருமானை வலம் வந்தான்.

அவ்வாறு வலம் வருங்கால் ஒரு நாள் சோமசுந்தரப்
பெருமான், "மன்னனே! சோழ அரசன் ஒருவன்
உன்னோடு போர் செய்ய வந்து போரிட்டுத் தோற்று
ஓடுவான். நீயும் தொடர்ந்து அவனுடன் செல். இடைமருது
அடைவாய். அப்போது இந்தப்பழி உன்னை விட்டகலும்
நீயும் இன்புறுவாய்" என்று அருளினார்.

அவ்வாறே சில நாட்களில் சோழன் படையெடுத்து
வந்தான். எதிர் நிற்க மாட்டாமல் சோழன் புறங்கொடுத்து
ஓடினான். பாண்டியன் இறைவனுடைய ஆணைவழி
அவனை விரட்டித் தொடர்ந்தான். சோழ நாட்டை
அடைந்தான். இடைமருதைச் சேர்ந்ததும் கோபுரத்தைக்
கண்டான். தேரினின்று கீழ் இறங்கிப் பணிந்தான். வீதியை
வலம் வந்தான். பூசத் துறையில் நீராடினான். காருண்
யாமிர்த தீர்த்தத்தில் மூழ்கினான். கீழைக் கோபுர வாயில்
வழியே கோயிலினுள் புகுந்தான். அரசனைப் பற்றிய
பிரம்மஹத்தியும் அக்கோயில் வாயிலிலேயே தங்கி
விட்டது. அரசன், பெருஞ்சுமை கழிந்தது போன்று உணர்ந்
தான். இறைவன், "மன்னனே நீ கீழை வாயில் வழியே
செல்லாதே. பிரம்மஹத்தி அங்கே நின்றுவிட்டது.
ஆதலின் நீ அம்பிகை சன்னதி சென்று பின் மேலை
வாயிலின் வழியே செல்!" என்றருளினார். மன்னனும்
மகிழ்ந்து அம்மையையும் வழிபட்டு மேலைக் கோபுர
வாயில் வழியே வெளியே சென்றான் (திருவிடைமருதூர்
தல புராணம்).

                          ஆ. சிவசுப்பிரமணியன்

பிரம்மஹத்தி சிற்பம் – திருவிடைமருதூர்

கதைகள் கூறும் செய்தி

இக்கதைகள் ஐந்தும் பிராமணக் கொலை மிகக்கொடிது என்பதையும், அவ்வாறு கொலை செய்தவன் மிகப்பெரிய இன்னல்களுக்கு ஆளாவான் என்பதையும் மையக் கருத்தாகக் கொண்டுள்ளன. இது ஒருவகையில் அச்சுறுத்தலாகும்.

அழித்தல் கடவுளான சிவன், பிரம்மனின் மண்டை யோட்டில் பிச்சை எடுத்து தன் பாவத்தைப் போக்க வேண்டிய தாயிற்று. இது மனு விதித்துள்ள தண்டனை முறையை ஒத்துள்ளது.

'அவதார புருஷன்' என்று கூறப்படும் இராமனும், சிவலிங்கம் ஒன்றை உருவாக்கி அதை வழிபட்டுப் பிராமணக் கொலைப் பாவத்தைப் போக்கிக்கொண்டான்.

சோழ, பாண்டிய மன்னர்கள் பிராமணக் கொலை புரிந்த மையால், அல்லல்பட்டு, திருவிடைமருதூர் சிவனை வழிபட்ட தன் வாயிலாகவே அதிலிருந்து விடுபட்டனர்.

இப்புராணக் கதைகள் உணர்த்தும் இச்செய்திகளுக்குப் பின்னால் மனுதர்ம சாஸ்திரம் கூறும் நீதி முறை மறைந்துள்ளது.

மனுவும் பிராமணரும்

வடமொழியில் 'ஸ்மிருதிகள்' என்ற பெயரில் 128 நூல்கள் உள்ளனவாக கானே என்பவர் குறிப்பிடுவார். இவை நீதி

நூல்கள் அல்லது சட்டநூல்கள் என்பது பொதுவான கருத்து. ஆனால் அம்பேத்கர் (1995 a : 243) இக்கருத்தை மறுத்து,

> ஸ்மிருதிகள் சட்டப்புத்தகங்கள் என்று கூறப்படுகின்றன. இது அவற்றின் உண்மையான தன்மையை மறைக்கிறது. உண்மையில் அவை பிராமணர்களின் உயர்ந்த நிலையையும், அவர்களின் சிறப்பு உரிமைகளையும் வலியுறுத்திக் கூறும் புத்தகங்களாகும்

என்று குறிப்பிடுகிறார். பின்வரும் மனுதர்ம சுலோகங்கள் அம்பேத்கரின் கருத்தை உறுதி செய்கின்றன.

> மிக்க தூயதான முகத்திலிருந்து வெளிப்பட்டமை யாலும், வேதங்களைப் பெற்றிருப்பதனாலும், முதலில் தோன்றியமையினாலும், படைக்கப்பட்ட யாவற்றிலும் அந்தணன் சிறந்து விளங்குகின்றான் (1:93).

> சுயம்புவான பிரம்மா, தேவர்களுக்கு அவி சொரிந்து மகிழ்விக்கவும், பிதுரர்களுக்குச் சிராத்தம் செய்யவும் தக்கவனாகப் பிராமணனைத் தமது முகத்தினின்றும் முன்னம் படைத்தார் (1:94).

> பிராமணப் பிறவியென்பது உண்மையில் தருமங்களின் வடிவமாக இருப்பது. தரும விளக்கத்தைப் புலப்படுத்தா நின்ற பிராமணன் ஞானத்தில் முக்தியடைகிறான் (1:98).

> மாந்தரின் சமய சமூக ஒழுக்கங்களை நன்கு புரிந்து, நிலை நிறுத்தும் பொருட்டாகவே உயிரினங்கள் அனைத் தினும் மேலானதொரு தலைமையை அவன் பெற்றிருக் கிறான் (1:99).

இவ்வாறு பிராமணர் சிறப்பைக் கூறும் மனு, அவர் களுக்குக் கொலைத்தண்டனையில் இருந்து விலக்களிக்கப்பட வேண்டும் என்பதைப் பின்வருமாறு வலியுறுத்தியுள்ளார்:

> ஆசார்யன், ஓதுவித்தவன், தாய், தகப்பன், குரு, அந்தணன், பசு, முனிவன் இவர்கள் தனக்கு எதிர் செய்தாலும், தான் அவர்க்கு எதிர் செய்யக் கூடாது. (மனு 4:162)

> அந்தணன் தவிர்த்த ஏனையோரை ஒறுக்கத் தக்கவிடம் பத்தென்றும், அந்தணனைக் காயப்படுத்தாமல் துரத்தி விட வேண்டுமென்றும் மனு கூறியுள்ளார். சிலர் அவனுடைய ஆடையைப் பறித்துக் கொண்டு, அவன் வீட்டை இடித்துவிட்டு, அவனையும் ஊரைவிட்டு ஓட்ட வேண்டியதென்று அபிப்பிராயப்படுகின்றனர் (மனு 8:124).

   ஆ. சிவசுப்பிரமணியன்

பிராமணனுக்குத் தலையை முண்டனம் செய்தல்
உயிர்த் தண்டனையாகும். ஏனையோருக்கு உயிர்த்
தண்டனையே உண்டு (மனு 8 : 378).

எந்தப் பாவம் செய்த போதிலும், பிராமணனைக்
கொல்லாமல், காயமின்றி அவன் பொருளுடன் ஊரை
விட்டுத் துரத்துக (மனு 8 : 379).

'எத்தகைய பாவத்தைச் செய்த போதிலும் பிராமணனை
அரசன் கொல்லக் கூடாது' என்ற இம் மனுதர்ம சுலோகத்தைத்
தன் கட்டுரையொன்றில் மேற்கோளாகக் காட்டும் அம்பேத்கர்
(1995 : 161) பின்வரும் செய்தியை அடிக்குறிப்பாக எழுதியுள்ளார்:

இந்தப் பாதுகாப்பு 1837வரை பிரிட்டிஷ் அரசாலும்
அளிக்கப்பட்டு வந்தது. 1837ஆம் ஆண்டில் திருத்தப்பட்ட
இந்தியக் குற்றவியல் சட்டத்தில்தான் முதன்முதலாகப்
பிராமணர் மரணதண்டனைக்குட்பட்டவராக்கப்
பட்டனர். இந்திய சமஸ்தானங்களில் பிராமணருக்கு
மரணதண்டனை இல்லை என்ற பாதுகாப்பு நீடிக்
கின்றது. இந்தச் சலுகை அளிப்பதை எதிர்த்த பொது
மக்களைச் சமாதானப்படுத்த திருவாங்கூர் சமஸ்
தானத்தின் பிராமணரான திவான் ஒரு சாமர்த்திய
மான வழியைக் கண்டார். பிராமணர்களுக்குத் தூக்குத்
தண்டனை அளிப்பதைத் தவிர்ப்பதற்காகத் தூக்குத்
தண்டனையையே ஒழித்துவிட்டார்.

பிரம்மஹத்தியைவிடப் பெரும் பாவம் உலகில் இல்லை
யாகையால், பிராமணனைக் கொல்ல மன்னன்
எண்ணவும் கூடாது (மனு 8 : 380)

பிரம்மஹத்தி செய்தவன், கள் உண்ட பிராமணன்,
அந்தணன் பொன்னைத் திருடியவன், குரு மனைவியைக்
கூடியவன் இந்நான்கு பேரும் பெரும் பாவிகள் (மனு
9 : 235).

பிரம்மஹத்தி முதலியன புரிந்த பெரும்பாவிகளுடன்
கூட்டுறவாடினாலும், பிறன்மனை கூடினாலும்,
அந்தணன் பொருளை அபகரித்தாலும் இவற்றினால்
பிரம்மராக்ஷஸனாகப் பிறப்பான் (மனு 12 : 60).

பிரம்மஹத்தி முதலிய பெரும் பாவங்கள் செய்தோர்,
பல்லாயிரம் ஆண்டுகள் கொடிய நரகங்களில் உழன்று,
பின்னர் இனி கூறப்படுகின்ற பிறவிகளிற் புகுவர் (மனு
12 : 54).

நாய், பன்றி, கழுதை, ஒட்டை, பசு, ஆடு, சிங்கம் முதலிய
விலங்கினமாகவும், பறவை, சண்டாளன், புற்கசன்

ஆகிய தாழ்ந்த மானிடப் பிறவிகளாகவும் தோற்றமுறுவர் (மனு 12 : 55).

அந்தணர்க் கோறல், கள்ளுண்டல், பொன்களவு, குரு மனைவியைக் கூடல் இவை தனித்தனியாகவும், ஒன்று சேர்ந்தும் ஐந்து பெரும் பாவங்கள் உண்டாகின்றன (மனு 11 : 54).

அந்தணன் ஒருவனைக் கொன்ற மற்றொரு அந்தணன், கொலையுண்டவனுடைய மண்டையோட்டையோ, மற்றொன்றையோ கரத்தில் ஏந்தி, நாள்தோறும் ஏழு வீட்டில் பிச்சை வாங்கித் தின்று பனிரெண்டு ஆண்டுகள் காட்டில் குடிசை கட்டி வாழ வேண்டும் (மனு 11 : 72).

கூத்திரியன் அந்தணனைக் கொன்றுவிட்டால், வில்லாளி ஒருவனால் எய்யப்பட்டு உயிரை விடவும். அம்பால் எய்யப்பட்டு உயிரிழந்தாலும், பிழைத்தாலும், பிழை நீங்கும். அல்லது ஏரியில் தலைகீழாக மும்முறை வீழ்க (மனு 11 : 73).

மூன்று வருணத்தாரும் அறிவீனத்தால் இத்தகைய குற்ற மிழைத்துவிட்டால், அஸ்வமேதம், சுவர்ஜித் கோமேதகம், அபிஜித், விஸ்வஜித், திரிவிருந்து, அகனிஷ்டித்து ஆகிய வேள்விகளில் யாதாமொன்றை இயற்ற வேண்டும் (மனு 11 : 74).

ஒழுக்கமும் அனுஷ்டானமும் உள்ள துவிஜர்கள் மூவருக் கும், ஒழுக்கமில்லாத அந்தணனைக் கொன்ற பழி வந்துற்றால், புலன் வென்றவர்களாய்ச் சிறிதே புசித்துக் கொண்டு, யாதாமொரு வேதத்தை முழுவதும் சொல்லிக் கொண்டு, நூறு யோசனை தூரம் புண்ணிய யாத்திரை மேற்கொள்க (மனு 11 : 75).

அந்தணன் சிந்திய உதிரத் துளி மண்ணில் நனைக்கும் பரமாணுக்களின் எண்ணிக்கை எத்தனையோ, அத்தனை ஆயிரம் ஆண்டுகள் சிந்தியவனுக்கு நரக வாசம் (மனு 11 : 207).

மனுவின் இக்கருத்து சங்க காலத் தமிழகத்திலேயே செல்வாக்குப் பெறத் தொடங்கிவிட்டது.

நின் முன்னோர் எல்லாம்
பார்ப்பார் நோவன செய்யார்

(புறநானூறு 43:13 – 14)

  ஆ. சிவசுப்பிரமணியன்

பார்ப்பார்த் தப்பிய கொடுமை யோர்க்கும்

(புறநானூறு 34:3)

என்ற செய்யுள் அடிகள் இதற்குச் சான்றாகின்றன.

வரலாற்றில் பிராமணக் கொலை

இவ்வாறு உயிர்த்தண்டனையில் இருந்து பிராமணர்களுக்கு விலக்களிக்கப்பட்டதையும், பிராமணக்கொலை கொடிய பாவமாகக் கருதப்பட்டதையும் வரலாற்று நூல்களும் குறிப் பிடுகின்றன.

பிற்காலச் சோழர் ஆட்சிக் காலத்தில் முதலாம் இராசராச சோழனின் அண்ணனான ஆதித்த கரிகாலன் கி.பி. 965இல் பஞ்சவன் பிரமாதி ராசன், இருமுடி சோழப் பிரமாதிராசன் என்ற பார்ப்பனர்களால் கொலை செய்யப்பட்டான். அவன் இறந்து இருபது ஆண்டுகள் கழித்துத் தன் தமையனின் கொலைக்குக் காரணமானவர்களைக் கண்டுபிடித்து முதலாம் இராசராசன் தண்டித்துள்ளான். ஆனால் அவர்கள் பிராமணர் கள் என்பதால் உடலை வருத்தும் தண்டனை எதுவும் விதிக் காமல் அவர்களின் விளைநிலங்களைப் பறிமுதல் செய்தான். பறிமுதல் செய்த நிலங்களை விற்று, அத்தொகையைக் கொண்டு காட்டுமன்னார் கோயில் என்ற ஊரில் உள்ள சிவன் கோவிலில் பிராமணர்களுக்கு உணவு வழங்க ஏற்பாடு செய்தான்.

தமிழ்நாடு அரசு, கிழ்த்திசைச் சுவடிகள் நூலகத்தில், ஆங்கிலேயர் காலத்தில் சேகரித்த, ஏறத்தாழ நூற்று ஐம்பது ஊர்கள் குறித்த செய்திகள் அடங்கிய சுவடிகள் உள்ளன. அவற்றில் இருந்து இருபது ஊர்களின் வரலாற்றை எடுத்தெழுதி 'தமிழக ஊர் வரலாறுகள்' என்ற தலைப்பில் வெளியிட்டுள்ளனர். அதில் செங்கல்பட்டு ஸ்ரீபெரும்புதூர் சாலையில் உள்ள வல்லம் (வல்லக்கோட்டை) என்ற கிராமத்தின் வரலாறு இடம் பெற்றுள்ளது. அவ்வரலாற்றில் இடம் பெற்றுள்ள செய்தி யொன்று பிராமணக் கொலை தொடர்பான நம்பிக்கையயக் குறிப்பிடுகிறது.

விசய நகரத்தைச் சேர்ந்த அன்னமதேவராய தேவரின் (தேவராயர் I 1404 – 1422) ஆட்சியில் காஞ்சிபுரம் இருந்த போது, கலியாணம்மாள் என்ற இராணி, காஞ்சிபுரம் பிராமணர் சிலரை அழைத்துக்கொண்டு இராமேஸ்வரத்திற்குத் தீர்த்த யாத்திரை சென்றாள். அங்கு கடலில் நீராடிய பின்னர் பிராமணர் களுக்குத் தானம் செய்தாள். அப்போது பிராமணன் ஒருவன், அக்கிரகாரம் ஒன்று நிறுவ, காஞ்சி துக்குடியிலே உள்ள

வல்லம் (வல்லக்கோட்டை) என்ற கிராமத்தை, தானமாக வழங்க வேண்டும் என்ற வேண்டுகோளை முன் வைத்தான்.

அதனையேற்று வல்லம் கிராமத்தைச் சர்வ மானியமாக இராணி வழங்கினாள். தானம் கொடுக்கப்பட்ட கிராமமோ, திருவரங்கத்து ஈசுவரர் கோவிலுக்கு ஏற்கனவே தேவதானமாக வழங்கப்பட்டிருந்தது. தானம் பெற்ற பிராமணர்கள் இனி கோவிலுக்கன்றி தங்களுக்கே வரி தர வேண்டுமென்று கூறினர்.

இதனால் கோவில் நிர்வாகிகள், குருக்கள், மேளவாத்தியக் காரர், தேவதாசிகள் ஆகியோர், விஜயநகரம் சென்று மன்னனிடம் முறையிட்டனர். அதை ஏற்று, தேவதானக் கிராமத்தை பிராமணர்களிடம் இருந்து மீட்டுத் தருவதற்காக, மல்லசெட்டிகள் என்போரை மன்னன் அவர்களுடன் அனுப்பி வைத்தான்.

அதன்படி மல்லச்செட்டிகள் வந்த போது, தமக்கு ஆதரவாகச் சிலரைத் திரட்டிக் கொண்டு, பிராமணர்கள் அவர்களை எதிர்த்தனர். அதன்பின்னர் நடந்ததை ஓலைச் சுவடி பின்வருமாறு குறிப்பிடுகிறது:

> ... வந்திருக்கிற மல்லசெட்டிகள் பெலசாலிகளான படியினாலே கையிலே இரும்பு உலக்கையை யெடுத்துக் கொண்டு பிராமணாளை துரத்தி துரத்தி அடித்தார்கள்.

> பிராமணாளெல்லாரும் பயந்து ஓடிப்போயி, அதிலொரு பிராமணன் வைக்கல்ப்போருக்குள்ளே புகுந்து கொண்டான். அவனை ஒரு மல்லன் இரும்பு உலக்கை யினாலே அடிச்சயிடத்திலே அந்த பிராமணன் ம(ண்)டை நசுங்கி செத்துப் போனான்.

> அந்த தோஷம் அந்த மல்லனுக்கு வந்தபடியினாலே அந்த தோஷம் போ(கிற) நிமிர்த்தியாத்தம் வழிமுறையாக அந்த மல்லனாகப்பட்டவன் வல்லம் திருவரங்கத்தீஸ்வரர் கோயிலுக்கு யீசானிய திக்கிலே சிவபிரதிஷ்டை பண்ணி வைத்தான் (சௌந்தரபாண்டியன் 1995 : 29).

மல்லசெட்டிகளை அழைத்து வந்த கோவில் நிர்வாகிகளும், குருக்களும்கூட பிராமணக் கொலைப் பாவத்திற்கு ஆளாவார்கள் என்று சாஸ்திரி ஒருவர் கூறியதனால், இவர்கள் கோவிலுக்கு மேற்புறம் சிவபிரதிஷ்டை (சிவலிங்கம் நிறுவுதல்) செய்ததாக ஓலைச்சுவடி குறிப்பிடுகிறது. அத்துடன்,

> அந்த பிறமகத்தி விமோசனமாயி போனபடி யினாலே அந்த பிறம அத்தி சுரூபம்

   ஆ. சிவசுப்பிரமணியன்

செய்து சிலாவிக்கிரகம் (கற்சிலை) கொளத்துக்கு
அக்கினி மூலையிலிருக்கிறது

(மேலது : 30)

என்று குறிப்பிடுகிறது. பிராமணக் கொலைப் பாவம் நீங்கியதன்
அடையாளமாக 'பிரம்மஹத்தி' உருவத்தைக் கோவிலில் நிறுவும்
வழக்கம் உண்டு என்பதை இதனால் அறியமுடிகிறது.

மதுரையை ஆண்ட திருமலை நாயக்கரிடம் (1623–1656)
படைத்தளபதியாக இருந்த இராமப்பையன் என்ற பிராமணன்
இராமநாதபுரத்தை ஆண்டிருந்த சடைக்கத்தேவன் மீது
படை எடுத்து அவனைச் சிறைப்பிடித்தான். 17ஆம் நூற்றாண்டில்
நிகழ்ந்த இந்நிகழ்வை மையமமாகக் கொண்டு 'இராமப்பையன்
அம்மானை' என்ற கதைப்பாடல் உருவாகியுள்ளது. இராமப்
பையனின் படையெடுப்பைக் கேள்விப்பட்ட சடைக்கத்தேவன்.

பின் குடுமி தன்னில் பேருலகு தானறிய
தேங்காயைக் கட்டி சிதற அடிக்காவிட்டால்
என்பேர் சடைக்கனோ ?

என்றும், அவனது மருமகன் வன்னியன்,

பார்ப்பான் குடுமியிலே பாங்குடனே
தேங்காயைக் கட்டி அடிப்பேன்

என்றும் வஞ்சினம் கூறியதாக இக்கதைப்பாடல் குறிப்பிடுகிறது.
இதற்கு நேர்மாறாக,

அரக்கர் குலத்தை அனுமார் அறுத்தாப்போல்
மறக்குலத்தை நானும் மாய்த்துக் காவறுப்பேன்

என்று இராமப்பையன் வஞ்சினம் கூறுகிறான்.

'பிராமணனுக்குத் தலையை முண்டனம் செய்தல் உயிர்த்
தண்டனையாகும்' என்ற மனுதர்ம (8:378) சுலோகத்தின் தாக்கத்
தினால், படையெடுத்து வந்தவன் பார்ப்பனன் என்றால்,
போரில் அவனைக் கொல்லாமல் குடுமியை அவமதித்தால்
போதுமானது என்ற நம்பிக்கை நிலவியுள்ளது. சடைக்கத்
தேவன், வன்னியன் ஆகிய இருவரது கூற்றுகளும் இதை
வெளிப்படுத்துகின்றன.

மேலும் குற்றங்களுக்காக விதிக்கப்படும் தண்டனைகள்
சாதி அடிப்படையில் வேறுபட்டிருந்தன. இதை ஜடாவர்மன்
என்ற திரிபுவன சுந்தர பாண்டியன் காலத்தியக் கல்வெட்
டொன்றில் (கி.பி. 1263) இடம்பெற்றுள்ள செய்தியின் வாயிலாக
அறியலாம்.

செங்கல்பட்டு மாவட்டம் ஆதிநாயக சதுர்வேதி மங்கலம்
(உதிப்பாக்கம்) ஊரைச் சேர்ந்த ஆவணச் செட்டு ஐயன்

என்பவனுடைய ஐந்து மகன்கள், ஆயுதம் ஏந்தி பிராமணரை வெட்டியும், செவியறுத்தும், பிராமணிகளைத் தூஷித்தும், களவு செய்தும், கன்று காலிகளை அழித்தும் விற்றும் வந்தனர்.

இது குறித்துப் பிராமணர்களும் நாட்டவரும், நகரத்தாரும் முறையிட்டதன் அடிப்படையில், அவர்களுடன் சண்டையிட்டு அவர்களைப் பிடித்துச் சிறையில் இட்டதுடன் அவர்களது உடைமைகளையும் பறிமுதல் செய்து விற்று கோவிலுக்கு வழங்கினர். இச்செய்தியைக் குறிப்பிடும் கல்வெட்டானது அவர்களைத் தண்டிப்பது குறித்து, 'கீழ்சாதிகளைத் தண்டிக்கும் முறைமைகளிலே' என்று குறிப்பிடுகிறது (தெ. இ. க. XXVI: 333).

'கீழ் சாதியினர்' எவ்வாறு தண்டிக்கப்பட்டனர் என்பதற்கு திரிபுவனச் சக்கரவர்த்தி குலசேகர தேவனின் 13ஆம் ஆட்சி ஆண்டுக் கல்வெட்டு ஒன்று சான்று பகர்கிறது. பிராமணன் ஒருவனைக் கொன்றமைக்காக, கொன்றவனை எருமைக் கடாவின் காலில் கட்டி இழுத்துச் செல்லச் செய்து தண்டித்தனர். இதனால் அவன் இறந்துபட, அவன் நினைவாக உணவு வழங்க, திருப்பத்தூர் (புதுக்கோட்டை மாவட்டம்) திருத்தொண்டத் தொகையான் திருமடத்திற்கு நிலம் வழங்கியுள்ளனர் (A.R.E 1909 பக்கம் *83* எண் *104/1908*).

அறச் செயல்களைக் கூறும் கல்வெட்டுகள் சிலவற்றின் இறுதியில் அதைச் சிதைத்தவர்களுக்கு ஏற்படும் பாவம் குறித்துப் பின்வருமாறு குறிப்பிடப்பட்டுள்ளது:

'... பிரம்மஹத்தியவதை பண்ணின தோஷத்திலும் ... ... போகக் கடவாராகவும்' (தெ. இ. க. *23:123*).

'...... கங்கைக் கரையிலே காராம் பசுவையும் பிராமண னையும் கொன்ற தோஷத்திலே போகக் கடவாராகவும்' (தெ. இ. க. *4:414*).

மேற்கூறிய கல்வெட்டு வரிகள் பார்ப்பனக் கொலை என்பது மிகப்பெரிய பாவம் என்ற கருத்தை வலியுறுத்துகின்றன.

பாதுகாப்பிற்கான காரணம்

பல்லவர் காலத்தில் பரவலாக அறிமுகமான பிரமதேயக் கிராமங்கள் சோழர், பாண்டியர் ஆட்சியில் மேலும் அதிகரித்தன. அதே நேரத்தில் பிரம்மதேய உருவாக்கத்தினால் நிலங்களை இழந்தவர்கள் பிரம்மதேய நிலங்களைப் பறித்துள்ளனர். இதைத் தடுக்கும் வழிமுறையாகவே காப்புரையாக,

பிராம்மணன் சொத்து கொடிய விஷம்;
வேறு எந்த விஷமும் விஷமாகாது. விஷம்

  ஆ. சிவசுப்பிரமணியன்

ஒருவனைக் கொல்லும்; பிரம்ம சொத்தோ
புத்திர பெளத்திரர்களையும் கொல்லும்

என்ற வரிகள் பிரம்ம தேயத்தைக் குறிக்கும் செப்பேடுகளில் இடம் பெற்றுள்ளன. பிரம்ம தேய நிலங்களைப் பறித்த நிகழ்வு களுக்குப் பின்வரும் வரலாற்றுச் சான்றுகளைக் குறிப்பிடலாம்.

பிரம்ம தேய எதிர்ப்பு

பிரம்ம தேயத்திற்கான எதிர்ப்பு குறித்த செய்திகளை இரண்டு வகையாகப் பகுக்கலாம். முதலாவது ஆளுவோரி டமிருந்து வந்த எதிர்ப்பு. இரண்டாவது மக்களிடமிருந்து வந்த எதிர்ப்பு.

ஆளுவோரிடமிருந்து வந்த எதிர்ப்பு, முதலும் இறுதியு மாகக் களப்பிரர்களிடமிருந்து வந்துள்ளது. இதை வேள்விக்குடிச் சாசனம் குறிப்பிடுகிறது. நற்கொற்றன் என்னும் பார்ப்பனன் பாண்டிய மன்னர்களுக்கு வேள்வி நடத்திக் கொடுத்தமைக்காக வேள்விக்குடி என்ற கிராமத்தைத் தானமாகப் பெற்றிருந்தான். களப்பிரர் ஆட்சியில் அது பறிமுதல் செய்யப்பட்டது. அதை மீட்டுத்தரும்படி அவனது வழிவந்த நற்கொற்றன் என்பவன் பராந்தகன் நெடுஞ்சடையன் என்ற பாண்டிய மன்னனிடம் வேண்டினான். அவ்வேண்டுதலை அவன் நிறைவேற்றியதை, 'களப்பிரான் என்னும் கலியரசன் கைக் கொண்டதனை நீக்கி' என்று வேள்விக்குடிச் செப்பேடு குறிப்பிடுகிறது. முற்காலப் பாண்டியர் மரபினனான மாறவர்மன் அரிகேசரி (கி.பி. 640 – 670) காலத்தியச் செப்பேடு ஒன்று அண்மையில் கண்டுபிடிக்கப் பட்டுள்ளது. கி.பி. ஏழாம் நூற்றாண்டைச் சேர்ந்த இச்செப்பேடு நாராயணபட்ட சோமயாஜி என்பவனுக்கு வழங்கப்பட்ட பிரமதேயம் குறித்த செய்தியைக் குறிப்பிடுகிறது. மறவர்களுக் குரிமையாக இருந்த நிலங்களின் உரிமைகளைப் பறித்தே இத்தானம் வழங்கப்பட்டுள்ளது. கம்பலை என்ற மறவர் தலை வனிடம் இருந்து பறித்த நிலங்களே தானமாக வழங்கப் பட்டுள்ளன என்பதனை இச்செப்பேட்டில் இடம் பெற்றுள்ள 'கம்பலை யென்ற மறவனை வெறிந்து' என்ற தொடரால் அறிய முடிகிறது (சுப்பராயலு. எ. 2007 : 10).

இச்செப்பேட்டிற்குப் பிந்தைய காலத்திய (கி.பி. 9) தளவாய் புரம் செப்பேடு, பிரம்மதேய நிலங்களை மக்கள் கைப்பற்றிய நிகழ்வைத் தெரிவிக்கிறது. கேசவன் என்ற பிராமணனுக்கு ஸ்ரீமங்கலம், சோமாசிக்குறிச்சி என்ற இரு ஊர்களை இணைத்து ஒரே ஊராக்கி பராந்தக வீர நாராயணன் (கி.பி. 880 – 960) என்ற பாண்டிய மன்னன் பிரமதேயமாக வழங்கியதை இச்சாசனம் தெரிவிக்கிறது. மேற்கூறிய இரு ஊர்களில் ஸ்ரீமங்கலம்

என்ற ஊர், கடுங்கோன் (கி.பி. 575 – 600) என்ற பாண்டிய மன்னனால் பன்னிரு பிராமணருக்குத் தானமாக வழங்கப் பட்டதாகும். சோமசிக்குறிச்சி என்ற ஊர், கழுதூரில் உயிர் நீத்த பாண்டிய மன்னன் ஒருவனால் காடக சோமயாஜி என்பவருக்கு வழங்கப்பட்டதாகும். இவ்விரு பிரம தேய ஊர் களில் ஒன்றான சோமசிக்குறிச்சியின் ஒரு பகுதி பிராமணர் அல்லாதவர்களால் கைப்பற்றப்பட்டதை,

அது சோமாசிக்குறிச்சி என்று புகழ்பெற்றது. அதன் ஒரு பகுதி மதுர ஸ்தான ஸத்கிராமம் என்ற பெயருடன் சூத்திரர்களால் ஆக்ரமிக்கப்பட்டது (பாண்டியர் செப் பேடுகள் பத்து : பக். 121)

என்று தளவாய்புரச் செப்பேட்டின் வடமொழிப் பகுதி குறிப் பிடுகிறது. இச்செப்பேட்டின் தமிழ்ப்பகுதி:

'இவ்வூரிரண்டின் செப்பேடு மறக்கேட்டில் இழந்து போயின வென்றும்' என்று குறிப்பிடுகிறது (பாண்டியர் செப்பேடுகள் பத்து : பக். 127). மக்களின் நில உரிமையைப் பிரமதேயம் குறித்த ஆணையடங்கிய செப்பேடு பறித்த மையால், ஆத்திரம் கொண்ட மக்கள் அச்செப்பேட்டை அழித்துள்ளனர் என்பதையே இவ்வரி வெளிப்படுத்து கிறது.

இவ்வாறு தாம் இழந்த இவ்விரு ஊர்களையும் மீண்டும் பெற விரும்பிய கேசவன் அதை அவர்களிடமிருந்து பறித்து முன் அனுபவித்த எஜமானர்களுக்கு அனுபவிக்கத் தக்கதாகச் செய்து, (அவர்கள் வைத்த) அதன் பெயரை மாற்றி,

சுத்த புஸ்தகத்தில் எழுதுவதன் மூலம் ஸ்ரீமங்கலத்தையும் சோமாசிக் குறிச்சியையும் ஒன்று சேர்த்து,

அந்த இரண்டு கிராமங்களுக்கான முந்திய தாமிர சாசனப் பிரமாணத்தை அழித்த தோஷத்தை நீக்குவதற்கும் அவ் விரண்டையும் ஒன்று சேர்ப்பதற்கும்,

விண்ணப்பித்ததாக தளவாய்புரம் செப்பேடு குறிப்பிடுகிறது (பாண்டியர் செப்பேடுகள் பத்து : பக். 121).

மூன்றாம் இராஜராஜன் ஆட்சியின் போது கி.பி. 1223 இல் தலைச்செங்காடு என்ற பிரமதேயக் கிராமத்தில் நிலவுரிமை தொடர்பான ஆவணங்கள் அழிக்கப்பட்டுள்ளன (பாலசுப்பிர மணியன். மா 1979 : 326).

இந்திய வரலாற்றின் மத்திய காலத்தில் தோன்றிய புராணங் களில் 'பிரம்மஹத்தி' (பிராமணக் கொலை) மிகப்பெரிய பாவ மாகக் குறிப்பிடப்பட்டுள்ளது என்று கூறும் ஆர். எஸ். சர்மா

ஆ. சிவசுப்பிரமணியன்

(2001 : 106) நிலக்கொடை பெறுவதால் பிராமணர் ஒடுக்குவோராகக் கருதப்பட்டதாகக் குறிப்பிடுகிறார். மேலும் கர்நாடகாவிலும் தென் இந்தியாவின் பிற பகுதிகளிலும் அக்கிரகாரங்களில் காணப்படும் வீரக்கற்கள், அக்கிரகாரக் கொடை பெற்றவர் களுக்கும் அப்பகுதியில் வாழ்ந்துவந்த குடியானவர்களுக்கும் ஏற்பட்ட மோதலை உணர்த்துவதாகவும் கருதுகிறார் (மேலது 107).

கல்வெட்டுகளில் இடம்பெறும் அச்சமூட்டும் தன்மை கொண்ட காப்புரைகளைப் பொருட்படுத்தாது, குடியானவர்கள் பிராமணர்களுக்குரிமையான நிலங்களைக் கைப்பற்றும் செயலைத் தொடங்கிய போது, தம் உயிரைக் காப்பாற்றிக் கொள்ளும் முயற்சியின் வெளிப்பாடாக, பிரம்மஹத்தியின் விளைவால் தோன்றும் பிராமணப் பேயைப் படைத்து அச்சுறுத்தி யுள்ளனர்.

அச்சுறுத்தும் தொடர்களுடன் கூடிய கல்வெட்டு, மற்றும் செப்பேடுகளின் காப்புரை வரிகள் பிராமணர்களின் சொத்துக் களைப் பாதுகாத்ததென்றால், பிரம்மஹத்தி என்ற கற்பனைப் பேய் அவர்களின் உயிரைப் பாதுகாத்தது.

பிராமணக் கொலை

நில மீட்சியை சூத்திரர்கள் மேற்கொண்ட போது அதை எதிர்த்த பிராமணர்கள் சிலர் கொலை செய்யப்பட்டிருக்கும் வாய்ப்புள்ளது. மற்றொரு பக்கம் ஆதித்த கரிகாலன் கொலை யைப் போன்ற அரசியல் கொலைகளையும், சொத்துரிமை, பாலியல் போன்றவற்றை மையமாகக் கொண்ட கொலை களையும் பிராமணர் சிலர் மேற்கொண்டிருக்கும் சாத்தியத் தையும் மறுப்பதற்கில்லை.

இத்தகைய சமூகச் சூழலில் மனுதர்ம சாஸ்திரம் தம்மைப் பாதுகாக்கத் தவறினால், மற்றொரு பாதுகாப்பு வளையமாக பிரம்மஹத்தியை மையமாகக் கொண்ட புராணக் கதைகளை உருவாக்கியுள்ளனர். சிவில் சமூகத்தில், இராணுவம், நீதித் துறை போன்ற அரசு எந்திரங்களின் மூலமாக மட்டுமின்றி, பண்பாட்டு மேலாண்மையை அடித்தள மக்களின் மீது நிலை நிறுத்தி, அவர்களின் சமூக ஒப்புதலைப் பெறும் முயற்சியின் வெளிப்பாடே இத்தகைய கதைகள்.

இக்கதைகளின் வாயிலாகத் தம் சமூக மேலாண்மையைப் (social hegemony) பார்ப்பனர்கள் நிலைநாட்டியுள்ளனர். இவ்வாறு கற்பனையான பேயை மையமாகக் கொண்ட கதைகளுக்குப் பின்னால் வர்க்க நலனும், வருண நலனும் மறைந்துள்ளன.

துணைநூற்பட்டியல்

அ) நூல்கள்

அம்பேத்கர் (1995), 'டாக்டர் பாபாசாகேப் அம்பேத்கர்'

அம்பேத்கர் (1995 a) 'பேச்சும் எழுத்தும்' : தொகுதி 6, 7.

அலெக்ஸாந்தர் கோந்தரதோவ் மாக்கடல் மர்மங்கள்

இராமச்சந்திர செட்டியார், சி (பதிப்பாசிரியர்) 'இராமப்பையன் அம்மானை'.

செளந்தர பாண்டியன் (1995), 'தமிழக ஊர் வரலாறுகள்'.

திருலோக சீதாராம் (மொழிபெயர்ப்பாளர்), 'மனுதர்ம சாஸ்திரம் திருவிடைமருதூர் தல புராணம்'.

பாலசுப்பிர மணியன்,மா. (1979) சோழர்களின் அரசியல் கலாசார வரலாறு.

Krishnaswami Iyenger (1921) *South India and Her Mohammadan Invaders.*

Sarma R.S. (2001) *Early Medieval Indian Society – A Study in Feudalistation*

ஆ) கல்வெட்டுகள் & செப்பேடுகள்

சுப்பராயலூ, வெ.வேதாசலம் (2007) 'பாண்டியன் நெடு மாறனின் இளையான் புத்தூர்ச் செப்பேடு'. 'ஆவணம்' இதழ் 18, ஜூலை 2007, தஞ்சாவூர்.

சுப்பிரமணியன், தி.நா (பதிப்பாசிரியர்) '1967 பாண்டியர் செப்பேடுகள் பத்து'.

சுப்பிரமணியன்.தி.நா (பதிப்பாசிரியர்) 1999 'பல்லவர் செப்பேடுகள் முப்பது'.

'கல்வெட்டு ஆண்டறிக்கை' (A.R.I) 1909.

'தெ.இ.க. தொகுதி' : 4, 23, 26.

ஊ ஊ

மன்னன் – மதிப்பன் கதை

பாண்டியப் பேரரசின் வீழ்ச்சிக்குப் பின்னர் பாண்டியர் வழித் தோன்றல்கள் பஞ்சபாண்டியர் என்ற பெயரால் நெல்லை மாவட்டத்தில் பல பகுதிகளில் குறுநில மன்னர் களாக ஆட்சி செலுத்தி வந்தனர். இவர்களில் கி.பி. 1226ஆம் ஆண்டு வாக்கில் வள்ளியூரைத் தலைநகராகக் கொண்டு ஆண்ட குலசேகரப் பாண்டியனும் ஒருவன்.

இவனுக்கும் கன்னடிய மன்னனுக்கும் நிகழ்ந்த போரினை மையமாகக்கொண்டு 'கன்னடியன் படைப் போர்', 'ஐவர் ராசாக்கள் கதை' என்ற கதைப் பாடல்கள் நெல்லை, குமரி மாவட்டங்களில் வழங்கிவந்துள்ளன. 'ஐவர் ராசாக்கள் கதை' என்ற கதைப்பாடலைப் பேராசிரியர் நா.வானமாமலை பதிப்பித்து வெளியிட் டுள்ளார். இக்கதைப் பாடலில் இடம்பெறும் ஒரு கிளைக் கதையே 'மன்னன் – மதிப்பன் கதை'யாகும்.

மன்னன் – மதிப்பன்

மன்னன், மதிப்பன் ஆகிய இருவரும் அண்ணன் தம்பிகள். சிறந்த வீரர்கள். கன்னடியனுடன் குலசேகரப் பாண்டியன் நிகழ்த்திய போரில் இவர்கள் காட்டிய வீரம் கன்னடிய மன்னனைத் திகைப்படையச் செய்தது. இவர்களை அழிக்காமல் பாண்டியனை வெல்ல முடியாது என்று கருதி இவர்களை வெல்லுபவர்களுக்குப் பரிசு கொடுப்பதாகக் கூறினான். உடனே கன்னடிய வீரனொருவன் இப்பணியினைத் தான் செய்வதாகக் கூறி மன்னனிடம் விடைபெற்றுச் சென்றான்.

படைவீரன் கொண்ட கோலம்

மன்னன், மதிப்பன் ஆகிய இருவரையும் காண எந்த வேடத்தில் செல்லுவதென்று யோசித்த கன்னடிய

வீரன் இறுதியில் ஆண்டி வேடங்கொள்ளத் துணிந்தான். அவன் கொண்ட கோலத்தைக் கதைப்பாடல் மூலம் பார்ப்போம்.

காலில் சிலம்பணிந்தான்
    கமண்டலமும் கையெடுத்தான்
மேலுக்கு நீறணிந்தான்
    வெண்புலித் தோலுடுத்தான்
உடுத்த புலித் தோலும்
    ஓட்டியான முந்தாண் சாற்றி
எடுத்தான் பிரம்பதுவும்
    ஏழு நீலக் கப்பரை கோலேந்தி
... ...

சங்கு வடமணிந்தான்
    காதில் சாற்றின் முத்திரையாம்
சாற்றும் திருநீறு மிட்டான்
    தாவடமும் மாலைகளும்
மாத்திரை கோலழகும்
    நல்ல வட்ட திருச்சடையும்
சடை மேலிளம் பிறையாம்
    மெய்யில் சாற்றிய சந்தணமும்
விடையேறும் ஆண்டியைப் போல்
    வேடங்கொண்டான் ஆண்டியுந்தான்.

இக்கோலத்துடன்,

    கழுத்தறுக்குங் கத்தி தன்னை கந்தைக்குள்ளே

ஒளித்துக்கொண்டு பாண்டியர்களின் படை வீட்டிற்குச் சென்றான்.

ஆண்டியின் செயல்

மன்னனும், மதிப்பனும் எண்ணெய் தேய்த்துக் குளித்து விட்டு உணவருந்தப் போகும் நேரத்தில் ஆண்டி அவர்களைச் சந்தித்தான். கங்கைக் கரையிலிந்து தொடங்கி ராமேசுவரம் வரை தீர்த்தமாடிவிட்டுக் குமரித்துறையில் நீராடப் போவ தாகவும், தனது மிகுந்த பசியைத் தீர்க்க வேண்டுமென்றும் கூறினான். சகோதரர் இருவரும் ஆண்டியின் பசியாற்றி,

தலையறுக்க வந்ததொரு
    சத்துரு வென்றறியாமல்
சத்துரு வென்றறியாமல்
    தம்பிரானென்றவனை வணங்கி
இரவிங்கே தங்குமென்று
    இங்கிதமாய் வார்த்தை சொல்லி

　　　　　　　　　　　　ஆ. சிவசுப்பிரமணியன்

வேண்டினர். ஆண்டியும் அதனை ஏற்றுத் தன் கோலங்களைக் களைந்துவிட்டு, உறங்குவது போல் பாவனை செய்தான். மன்னனும் மதிப்பனும் உறங்கியதும் ஆண்டி வேடத்திலிருந்த படைவீரன் மன்னன் இருந்த கூடாரத்துள் சென்று,

> மன்னனுட தலையை மெல்ல
> மதியாமல் சலியாமல்
> உறக்கத்திலேயே சிறுத்தொண்டர்
> சிறுகுழந்தை யறுத்தாற் போல்

அறுத்தான். பின்னர்,

> அற்று விழுந்த தலைதான்
> அஞ்சாமல் கையிலெடுத்து
> ரெத்த மெல்லாம் போகாமல்
> இதமாகத் தான் துடைத்து
> சில்லி ரெத்தம் போகாமல்
> சீலையினால் தான் துடைத்து
> பழந்துணியில் பொதிந்து சுத்தி
> பதறாமல் வெளியில் வந்தான்.

யாவரும் அறியாமல் பாளையத்தை விட்டு விரைந்தோடினான்.

மதிப்பன் செயல்

ஆண்டி சென்றபின் கண்விழித்து தமையன் இருந்தவிடம் சென்ற மதிப்பன், 'அண்ணனவன் படுத்தவிடம் ஆடு கொன்ற களம் போலே' இருந்ததைக் கண்டான். துண்டிக்கப்பட்ட மன்னனின் தலையைக் கண்டானில்லை. ஆண்டி இருந்த இடத்தைப் பார்த்தான். அவனைக் காணவில்லை. இது ஆண்டி யின் செயலே என்றறிந்து உடனே யாரிடமும் சொல்லாமல் அவனைத் தேடிச் சென்றான். அந்தி நேரத்தில் ஆண்டியைச் சந்தித்தான். மதிப்பனை அடையாளம் கண்டுகொள்ளாத ஆண்டியிடம்,

> ... ...
> மன்னனெங்கள் கன்னடியன்
> செவ்வந்தி பூவழகன்
> தென்னருட பாளையத்தே
> தென்னருட பாளையத்தே யொரு
> சேவகனை விட்டாராம்
> மன்னனையு மதுக்கினையை
> மருப்பனையும் தலையறுக்க
> இன்னமுந்தான் மீண்டதில்லை
> ஏழெட்டு நாளாச்சு
> என்னையுந்தான் விட்டு விட்டார்

இத்தலையை யறுக்க வென்று
விட்டு விட்ட சேவகன் தான்
விரைய வந்தேன்

என்று கூறினான். உடனே ஆண்டி மன்னனின் தலையை,
தான் அறுத்து வந்ததாகச் சொன்னான். மதிப்பன் அதை
நம்பாததுபோல் நடிக்கவே ஆண்டி மன்னனின் தலையைப்
பொதிந்து வைத்துள்ள துணிப் பொதியை அவிழ்க்கக் குனிந்தான்.
உடனே மதிப்பன்,

பொக்கணத்தை யவிழ்க்கையிலே
போட்டானே பிடறியிலே
பிடறியிலே வெட்டுப்பட்டு
பெலிக்கு வெட்டுங் கிடாய் போலே
கடகடென புரண்டிடவே
கழுத்தை மெல்ல அறுத்துவிட்டான்
சத்துருவின் தலைதனையும்
தமையனுடல் தனையும்
ஏற்ற புகழ் மாலை மார்பன்
ரெண்டு மொன்றாய் தூக்கிக்கொண்டு
பல பலென விடியு முன்னே
பாளையத்தில் வந்து விட்டான்.

பாண்டியன் அளித்த பரிசு

மன்னனின் தலையற்ற உடலைக் கண்டு கலங்கி நின்ற
பாண்டியன் முன்னால் இரண்டு தலைகளையும் வைத்து
மதிப்பன் வணங்கி நின்றான். பாண்டியன் 'அழுத கண்ணீர்
தனைத் துடைத்து யன்புடனே தழுவிக்கொண்டு' மதிப்பனது
வீரத்தைப் பாராட்டி முத்து மாலையும் பிற அணிகலன்களும்
அளித்ததுடன் நிலங்களையும் பரிசாகத் தந்தான்.

கதையும் வரலாறும்

மன்னன், மதிப்பன் ஆகிய இருவரும் வன்னியர்கள் என
'ஐவர் ராசாக்கள் கதை'ப்பாடல் குறிப்பிடுகிறது. ஆனால்
பதினேழாவது நூற்றாண்டின் இறுதியில் தோன்றிய 'செண்பக
ராமன் பள்ளு' நூலில் அதன் பாட்டுடைத் தலைவனான
பரத குலத்தைச் சார்ந்த செண்பகராமனின் மீது, மதிப்பனின்
வீரச்செயல் 'வள்ளியூரில் அண்ணன் சிரங் கொண்டவன்
செண்பகராமன்' என்று ஏற்றிச் சொல்லப்படுகிறது. கன்னியா
குமரிக்கு மேற்கிலுள்ள கோவளத்தில் பரதவர்கள் மிகுதியாக
வாழ்கிறார்கள். அவ்வூரில் வடதிசையில் 'பாறைக்கரைத்தட்டு'
என்ற பெயரில் ஒரு பகுதி உள்ளது. ஒரு பாறையும், அதன்

ஆ. சிவசுப்பிரமணியன்

ஊரத்தில் சிறு கோவிலொன்றுமுள்ளது. அப்பாறையினைப் பரதவர்கள் மன்னத்தேவன் பாறையென்றும் அதனடியிலுள்ள கோவிலை மன்னத்தேவன் கோவிலென்றும் அழைத்து வந்துள்ளார்கள். போரில் இறந்த வீரர்களுக்கு நடுகல் நாட்டி வணங்கும் நடுகல் வழிபாட்டின் தொடர்பாகவே இப்பாறையில் வீரன் மன்னனை அவன் குலத்தவர்களாகிய பரதவர்கள் வணங்கி வந்துள்ளனர். பதினாறாவது நூற்றாண்டில் பரதவர்கள் கத்தோலிக்கர்களாக மாறிய பின்னர் இவ்வழிபாடு மறைந்து விட்டது.

'செண்பகராமன் பள்ளு' நூலினைப் பதிப்பித்த திரு.எம். ஜே. காலிங்கராயர், கோவளத்தில் ஒரு கல்வெட்டில் 'மன்னத் தேவன் தொம்மை இன்னாசிக் காணியாளன்' என்ற பெயர் காணப்படுவதாகக் கூறியுள்ளார். இதனால் மன்னத்தேவன் என்ற பெயர் பரதவர்களிடையே வழக்கில் இருந்துள்ளது புலனாகிறது. மேலும் வீரபராக்கிரமமுள்ள சகோதரரை 'மன்னன் மதிப்பனைப் போலிருக்கிறார்கள்' என்று குறிப்பிடும் வழக்கம் கோவளத்தில் வாழும் பரதவர்களிடமுண்டு என்றும் கூறி யுள்ளார். 1980இல் நான் கோவளம் சென்று இது தொடர்பாக ஆராய்ந்ததில் வீரதீரமுடைய சகோதரர்களை மட்டுமன்றி அன்புடன் வாழும் சகோதரர்களையும் 'மன்னன் மதிப்பன் போல் இருக்கிறார்கள்' என்று கூறும் வழக்கம் முதியவர்களிடம் உண்டு என்பதனையுமறிந்தேன்.

இச் செய்திகள் மன்னன், மதிப்பன் என்ற வீரச் சகோதரர் கள் வரலாற்றில் இடம் பெற்ற வீரர்கள் என்பதனைப் புலப் படுத்துகின்றன.

'ஐவர் ராசாக்கள் கதை'யில் இடம் பெற்றுள்ள கிளைக் கதைகளில் சில தனியாக வழங்கி வந்து பின்னர் இக்கதைப் பாடலில் இணைக்கப்பட்டிருக்க வேண்டும் என்று பேராசிரியர் நா. வானமாமலை 'ஐவர் ராசாக்கள் கதை'யின் முன்னுரை யில் குறிப்பிட்டுள்ளார். 'மன்னன் மதிப்பன் கதை' குமரி மாவட்டத்தில் வில்லுப்பாட்டாக வழங்கி வந்துள்ளது. இதனை, குமரி மாவட்டக் கலை இலக்கியப் பெருமன்றத் தோழர் கவிஞர் செந்தி நடராசன் சேகரித்துள்ளார். (இது போலவே இக் கதைப்பாடலில் இடம் பெறும் கடைசிக் கதையும் தனிக் கதைப்பாடலாகச் சுவடியில் உள்ளது.)

இச்செய்திகள் பேராசிரியர் நா. வானமாமலையின் கருத்தினை உறுதிப்படுத்துகின்றன.

ഇ ജ

சமூக நினைவுகளும் வரலாறும்

ஒரு சமூகத்தின் வரலாறு என்பது பல்வேறு வகைமைகளாகப் பார்க்கத்தக்கது. இதில் பண்பாட்டு வரலாறும் ஒன்றாகும். பண்பாட்டு வரலாற்று வரைவிற் கான தரவுகளில் ஒன்றாக 'சமூக நினைவு' அமைகிறது. பீட்டர் பர்க் என்பவர் 'சமூக நினைவாக வரலாறு' (History as social memory) என்று இதைக் குறிப்பிடுவார். ஒரு குறிப்பிட்ட சமூகத்தின் வரலாறு எப்படி அச் சமூகத்தின் நினைவுகளில் வாழ்கிறதோ அதுபோல் ஒரு குறிப்பிட்ட ஆட்சி மரபின் செயல்பாடுகளும் சமூக நினைவாகத் தொடர்கின்றன. இந்நினைவானது அடித்தள மக்களின் வரலாற்று வரைவிற்குப் பெரிதும் துணை நிற்கும் தன்மையது.

அடித்தள மக்கள் தம்வாழ்வில் எதிர்கொள்ளும் முக்கிய அவலங்களுள் பாலியல் வன்முறையும் ஒன்றாகும். இன்றுவரை பல்வேறு வடிவங்களில் இது தொடர்கிறது. இராமநாதபுரம் மன்னர்களின் ஆட்சியில் அடித்தள மக்களின் மீது ஏவப்பட்ட பாலியல் வன்முறை குறித்த சமூக நினைவுகள் இக்கட்டுரையில் ஆராயப்படுகின்றன.

இராமநாதபுரம் மன்னர்கள்

இராமநாதபுரத்தைத் தலைநகரமாகக் கொண்டு ஆட்சிபுரிந்தவர்கள் 'சேதுபதிகள்' என்றழைக்கப்பட்டனர். தனது இலங்கைப் படை எடுப்புக்கு உதவியாக இருந் தமைக்காக இப்பகுதியைக் காவல் செய்யும் பொறுப்பை சேதுபதி மரபினரிடம் இராஜராஜ சோழன் வழங்கினான் என்ற கருத்தும் உண்டு (இராமசாமி 1990 – 175). லங்காபுரன் என்ற ஈழ அரசனின் தளபதியால் நியமிக்கப்பட்ட வர்களே சேதுபதிகள் என்ற கருத்தும் உண்டு (மேலது). கி. பி. 1604 இல் இராமநாதபுரம் பகுதிக்கு சேதுபதியாக, போகளூரை ஆண்டுவந்த சடையக்கத்தேவர் உடையார்

          ஆ. சிவசுப்பிரமணியன்

என்பவரை முத்துக்கிருஷ்ண நாயக்கர் (1601–1609) என்ற மதுரை நாயக்கர் மன்னர் நியமித்தார். இதன் அடிப்படையில் நோக்கும் போது இராமேஸ்வரம் பகுதியை உள்ளடக்கிய நிலப்பகுதிக்கு, மதுரை நாயக்கராட்சிக்குக் கட்டுப்பட்ட மன்னராக விளங்கிய வர்கள், சேதுபதி என்ற பட்டத்துக்குரியவர்களாக விளங்கினர் என்று கூறலாம். கிழவன் சேதுபதி (1674 – 1710) என்ற சேதுபதி மன்னன், மதுரை நாயக்கர்களின் மேலதிகாரத்திலிருந்து தம் ஆட்சிப்பகுதியை விடுவித்துக் கொண்டு, தனிநாடாக ஆக்கினார். அத்துடன் போகளூரிலிருந்த தலைநகரை இராமநாதபுரத்துக்கு மாற்றினார்.

கி. பி. 1792இல் கிழக்கிந்தியக் கம்பெனியின் கட்டுப் பாட்டிற்குள் சேதுபதி பரம்பரை கொண்டு வரப்பட்டது. 1803இல் இராமநாதபுரம் சேதுபதி மன்னரின் தகுதி, ஜமீன்தார் என்ற நிலைக்குத் தாழ்த்தப்பட்டு இராமநாதபுரம் ஜமீன் என்று அவரது ஆளுகைக்குட்பட்ட பகுதி அழைக்கப் படலாயிற்று.

சேதுபதி மன்னர்கள் தமிழ், தெலுங்கு, வடமொழிப் புலவர் களையும் இசைவாணர்களையும் ஆதரித்துள்ளனர். இராம நாதபுரம் அரண்மனைச் சுவர்களில் தீட்டப்பட்டுள்ள ஓவியங்கள், ஓவியக்கலையின் மீது சேதுபதி மரபினர் கொண் டிருந்த ஆர்வத்தை வெளிப்படுத்துகின்றன. சமய வேறுபாடின்றி இஸ்லாமியர்கள், கிறிஸ்தவர்கள் ஆகியோரின் வழிபாட்டுத் தலங்களுக்கு இவர்கள் மானியங்கள் வழங்கியுள்ளனர்.

விவேகானந்தரின் சிக்காக்கோ பயணத்திற்கு உதவி செய்தவர் பாஸ்கர சேதுபதி (1889 – 1903) என்ற இராமநாதபுரம் சேதுபதி மன்னர்தான். இவரது உறவினரும் பாலவநத்தம் ஜமீன்தாருமான பாண்டித்துரைத்தேவர் வ.உ.சி. நிறுவிய சுதேசிக் கப்பல் நிறுவனத்திற்கு நிதி உதவி செய்ததுடன் அதன் தலைவராகவும் பணியாற்றினார். நான்காம் தமிழ்ச்சங்கம் என்று கூறப்படும் மதுரைத் தமிழ்ச் சங்கத்தை 1901 செப்டம்பர் 4இல் நிறுவினார். இதற்கு பாஸ்கர சேதுபதி நிதிஉதவி புரிந்தார். ரா. இராகவையங்கார், மூ. இராகவையங்கார் போன்ற தமிழ் அறிஞர்கள் இச்சங்கத்தில் பணியாற்றினர். 'செந்தமிழ்' என்ற இதழையும் இச்சங்கம் வெளியிட்டது. இத்தகைய வரலாற்றுப் பின்புலம் கொண்ட இராமநாதபுரம் ஜமீன் ஆட்சியில், குடிமக்கள் மீது ஏவப்பட்ட பாலியல் வன்முறை தொடர்பான சமூக நினைவுகள் மூன்றை இனிக் காண்போம்.

ஆளுவோரின் பாலியல் வன்முறை

ஒரு குறிப்பிட்ட நிலப்பகுதியை ஆட்சிபுரிவோர் தம் ஆளுகைக்குட்பட்ட பகுதியிலுள்ள அசையும் பொருட்கள்,

அசையாப் பொருட்கள் என அனைத்தின் மீதும் அதிகாரம் செலுத்தும் உரிமை பெற்றவராக இருந்தனர். இதற்கு மனிதர்களும் விலக்கல்ல. மனித உடலின் மீது வன்முறையைப் பயன் படுத்தவும் உயிரைப் பறிக்கவும் அவர்கள் உரிமையடைத்த வர்களாக இருந்தனர். இந்த அதிகாரத்தின் அடிப்படையில், அழகிய பெண்களைத் தமக்கு உரிமையாக்கிக் கொள்ளவும் அவர்கள் தயங்கியதில்லை. படையெடுப்புகளின்போது தமிழ் மன்னர்கள் பெண்களைக் கவர்ந்து வந்ததை, இலக்கியங்களும் கல்வெட்டுகளும் பெருமையுடன் குறிப்பிடுகின்றன.

மன்னனின் மனைவியராக, மன்னர் குடிப்பிறப்புடைய பெண்கள் அமைந்தனர். இவர்தம் மகன்களே ஆட்சிப் பொறுப்பை ஏற்கும் உரிமை படைத்தவர்களாக விளங்கினர்.[1] மன்னனது மறைவிற்குப்பின் அவனது அந்தபுரப் பெண்டிர் நிலை கேள்விக்குரியது. இந்தப் பின்புலத்தில் 'மகட்கொடை மறுத்தல்' என்ற துறையை ஆராய இடமுண்டு. தம் ஆளுகை யின் கீழுள்ள பெண்களை விலைக்கு வாங்கியும், பெற்றோரை அச்சுறுத்திக் கவர்ந்து வந்தும் அந்தப்புர மகளிராக மன்னர்கள் ஆக்கிக் கொண்டனர்.

இச்செயலைச் 'சிறை எடுத்தல்' என்று குறிப்பிட்டனர். பெண்ணைப் பாதுகாத்து இல்லத்தில் வைத்திருப்பதைச் 'சிறை காத்தல்' என்று வள்ளுவர் (குறள்:57) குறிப்பிடுகிறார். பெற்றோரால் பாதுகாக்கப்படும் பெண்ணைக் காதலன் அழைத்துச் செல் வதையும், மன்னர்கள் அதிகாரத்தின் துணையுடன் கவர்ந்து செல்வதையும் 'சிறையெடுத்தல்' என்று குறிப்பிட்டுள்ளனர்.

ஆளுவோரின் அதிகாரத்தைச் செலுத்தும் தளங்களில் ஒன்றாகப் பெண்ணின் உடல், நிலவுடைமைச் சமூகத்தில் விளங் கியது. ஐரோப்பாவில் குடியானவப் பெண்களின் திருமணத்தில் முதலிரவு உரிமை நிலப்பிரபுக்களுக்கிருந்தது. கேரளத்தில் நம்பூதிரிகள் இவ்வுரிமையைக் கொண்டிருந்தனர். தமிழ்நாட்டில் 'சிறையெடுத்தல்' வாயிலாகப் பெண்கள் மீது தம் அதிகாரத்தைக் குறுநில மன்னர்கள் நிலை நாட்டியதற்குச் சான்றாக,

புல்லு அறுத்தா மாட்டுத் தொட்டிக்கு
பொண்ணு சமைஞ்சா அரண்மனைக்கு

என்ற பழமொழியைக் குறிப்பிடலாம்.

ஜமீன் பகுதிகளில் வழிபடப்படும் அம்மன்களில் சில ஜமீன்தார்களின் பாலியல் வன்முறைக்கஞ்சி, பெற்றோர்களால் கொலை செய்யப்பட்ட அல்லது தற்கொலை செய்துகொண்ட பெண்களின் நினைவாக உருவானவைதான். இப்பின்புலத்தில் மேலே குறிப்பிட்ட இராமநாதபுரம் ஜமீனை மையமாகக்

                                        ஆ. சிவசுப்பிரமணியன்

கொண்டு இன்றுவரை வழக்கிலுள்ள மூன்று சமூக நினைவு களை இனிக் காண்போம்.

சமூக நினைவு : ஒன்று

மறவர் சமூகத்தின் உட்பிரிவுகளில் ஒன்றாகக் 'கொண் டையங் கோட்டை மறவர்' என்ற பிரிவு உள்ளது. மறவர் சமூகத்தில் உயரிய பிரிவாக இதைக் கருதுவர். இராமநாதபுரம் ஜமீன்தார் செம்பிநாட்டு மறவர் பிரிவைச் சேர்ந்தவர். இப்பிரிவு தம்மைவிடத் தாழ்ந்தது என்பதே கொண்டையங்கோட்டை மறவர்களின் கருத்து.

எனவே இருபிரிவினருக்கும் இடையே மணஉறவு முன்னர் இருந்ததில்லை.[2]

இராமநாதபுரம் ஜமீன்தார் ஒருவர் கொண்டையங் கோட்டை மறவர்களின் தலைவர் வீட்டிலிருந்த அழகிய பெண்ணொருத்தியைச் சிறை எடுக்க விரும்பினார். இது அப்பெண்ணின் தந்தைக்குத் தெரிந்துவிட்டது. இதை அவர் விரும்பாமைக்கு இரண்டு காரணங்கள் இருந்தன. முதலாவது காரணம், ஜமீன்தாரின் குலம் தம் குலத்தைவிடத் தாழ்ந்தது என்பது. இரண்டாவது காரணம், மனைவி என்ற தகுதியின்றி, தன் பெண் காமக் கிழத்தியாக வாழ வேண்டிய அவலம்.

ஆனால் ஜமீன்தாரின் விருப்பத்திற்கு இணங்காவிட்டால், பெண்ணைப் பலவந்தமாகத் தூக்கிச் சென்றுவிடுவார். அத்துடன் அவரது பகையும் ஏற்படும். இவற்றைத் தவிர்க்கும் முகமாக நெருங்கிய உறவினர்களுடன் இரவோடிரவாகப் புறப்பட்டு, கால்நடையாகப் பல நாட்கள் பயணம் செய்து திருநெல்வேலி மாவட்டத்திற்கு வந்து சேர்ந்தனர். நாங்குநேரி ஊருக்கு வடபகுதியில் உள்ள மறுகால்குறிச்சி என்ற கிராமத்தில் நிலையாகத் தங்கி வாழத் தொடங்கினார். இன்றும் மறுகால் குறிச்சிக் கிராமத்தில் கொண்டையங்கோட்டை மறவர்களே அதிக அளவில் வாழ்கின்றனர். மறுகால் குறிச்சி மறவர்களின் இடப்பெயர்ச்சியை வெளிப்படுத்தும் வாய்மொழிக் கதையாகவும் இதைக் கொள்ளலாம்.

சமூக நினைவு : இரண்டு

இராமநாதபுரம் மாவட்டம், நாடு என்ற உட்பிரிவுகளாகப் பகுக்கப்பட்டிருந்தது. இன்று அரசின் வருவாய்த் துறையின் ஆவணங்களில் நாடு என்ற பிரிவு இடம் பெறாவிட்டாலும் நடைமுறையில் 'நாடு' என்ற பிரிவு அதிகாரமையமாக இன்றும் விளங்கி வருகிறது. இத்தகைய 'நாடு' என்ற அமைப்பில் ஒன்றாக ஆப்பநாடு இருந்தது. ஆப்ப நாட்டு மறவர் தலைவரின் மகளைச்

சிறையெடுக்க இராமநாதபுரம் ஜமீன்தார் ஒருவர் விரும்பிய போது ஆப்ப நாட்டு மறவர்களின் தலைவர் அதற்கு உடன் படவில்லை. மேலே பார்த்த சமுக நினைவில் குறிப்பிட்ட காரணங்களே அவர் உடன்படாமைக்கான காரணங்களாக இங்கும் அமைந்தன.

ஜமீன்தாரின் சிறையெடுப்பிலிருந்து காப்பாற்றும் வழி முறையாக, தென்திசையில் சற்றுத் தொலைவிலுள்ள வேம்பாறு என்ற கடற்கரைச் சிற்றூருக்குத் தன் மகளை அவர் அனுப்பி விட்டார். அங்கு வாழ்ந்து வந்த பரதவர் சாதியினரின் தலைவ ரான அவரது நண்பர் வீட்டில், அப்பெண் ஒன்றிரண்டு உறவினர்களுடன் அடைக்கலமாகத் தங்கியிருந்தாள்.

பெண்ணை அழைத்துப் போக வந்த ஜமீன் ஆட்களிடம் பெண் எங்கோ ஓடிப்போய்விட்டதாகக் கூறிவிட்டார்கள். அங்கு பெண்ணைத் தேடிக் கிடைக்காமல், விடாது தேடி, வேம்பாறு பரதவர் தலைவர் வீட்டில் அப்பெண் இருப்பதை அறிந்து அவளைச் சிறையெடுக்கப் புறப்பட்டு வந்தனர்.

இதை அறிந்த பரதவர் தலைவர் இக்கட்டான நிலைக்கு ஆளானார். அவர்களை எதிர்க்க வலிமையான படை அவரிட மில்லை. அதேநேரத்தில் தம்மிடம் அடைக்கலமாக ஒப்படைக் கப்பட்ட பெண்ணைக் காப்பாற்றியாக வேண்டும். இறுதியில் அவர் ஒரு முடிவுக்கு வந்தார்.

அதன்படி பொருத்தமான மறவர் குல இளைஞன் ஒருவனைத் தேர்ந்தெடுத்து ஆப்பநாட்டு மறவர்களின் முறைப் படி அவனுக்குத் திருமணம் செய்து கொடுத்து விட்டார். கன்னிப் பெண்ணை, சிறையெடுக்க வந்தவர்கள் ஏமாந்து திரும்பிச் சென்றனர். இச்செய்தியையும் ஒரு வாய்மொழிக் கதையாகக் கொள்ள முடியும்.

சமுக நினைவு : மூன்று

மதுரை நாயக்கர் ஆட்சிக்காலத்தில் மதுரை மாவட்டத்தில் உருவான நாட்டார் தெய்வங்களின் கதைகளை தே. ஞானசேகரன் (1992 : 28 – 29) தொகுத்து நூலாக வெளியிட்டுள்ளார். இந்நூலில், இலுப்பக்குளம் என்ற ஊரிலுள்ள சோணையா கோவில் குறித்து, பின்வரும் செய்தியை எழுதியுள்ளார்:

இலுப்பக்குளம் கிராமத்தில் அகமுடையார் இனத்தவர்கள் வாழ்ந்து வருகின்றனர். இவர்கள் கட்டிடக் கலையில் கைதேர்ந்தவர்கள்; பல ஆண்டுகளுக்கு முன்னர் இவ்வூரைச் சேர்ந்த ஒருவர் இராமநாதபுரம் அரண்மனையில் கட்டிட வேலை பார்த்து வந்தாராம். இவருக்கு இவருடைய

                ஆ. சிவசுப்பிரமணியன்

மகள் மதிய உணவு கொண்டு செல்வாள். இப்பெண்ணின் அழகைக் கண்ட ராஜா அவளைத் தனக்குத் திருமணம் முடித்துத் தருமாறு கேட்டார்.

மறவனுக்குப் பெண் கொடுக்கும் வழக்கம் அகமுடை யானுக்கு இல்லை என்று கூறி, பெண்ணின் தந்தை இராஜா கேட்டதற்கு மறுத்துவிடுகிறார். உடனே மகளைக் கூட்டிக்கொண்டு இரவோடிரவாக தப்பிச் சென்று இலுப்பக்குளம் வந்து சேர்கின்றனர்.

மன்னர் தன் போர்வீரர்களை அனுப்பி, தப்பித்த தந்தை யையும் மகளையும் இழுத்துவரச் சொல்ல, அவர்கள் இருவரையும் தேடி இறுதியில் இலுப்ப மரப் புதரில் ஒளிந்திருப்பதைக் கண்டு இழுத்துச் செல்ல முயல் கின்றனர். அப்போது அகமுடையார் இனத்தைச் சேர்ந்த முந்தையா, சோணை என்ற இரண்டு இளைஞர்கள் அப்போர்வீரர்களுடன் போரிட்டு விரட்டியடித்து விடுகின்றனர். ஆனால் இவர்கள் இறந்துபடுகின்றனர். இவர்கள் இருவரையும் கோயில் கட்டித் தெய்வமாக வைத்து வழிபடுகின்றனர்.

சமூக நினைவுகளின் நம்பகத்தன்மை

மேற்கூறிய சமூக நினைவுகளின் நம்பகத்தன்மையை ஆராயும் முன் இதையொத்த எழுத்துச் சான்றுகள் சிலவற்றைக் கண்டறிவது அவசியம். முதலாவதாக, சேதுபதி மன்னர்களின் செப்பேடுகள் மூன்றில் சிறையெடுத்தல் தொடர்பாக இடம் பெறும் செய்திகளைக் காண்போம்.

முத்துராமலிங்க சேதுபதி என்பவர் தன் ஆட்சியில் அடங்கிய ஊர்களில் இருந்து ஊருக்கு ஒரு பெண்ணைச் சிறையாகக் கேட்டபோது ஆயிரமங்கலம் ஊரைச் சேர்ந்த கொளும்பிச்சரு தேவன் என்பவர் தமது மகள் முருகாயி என்பவளைச் சிறையாகக் கொடுத்தார். ஊரவர்கள் கூடி இதற்காக அவருக்கு நிலம் கொடுத்துள்ளனர் (இராசு. *1994:525 – 528*).

வயிரமுத்து விசைய ரகுநாத ராமலிங்க சேதுபதி என் பவர்க்கு மளுவிராயப் புரையார் அசையாவீரன் என்பவர் தன் மகள் முத்துக் கருப்பாயியைச் சிறையாகத் தந்தார். இதற்காக ஊரவர்கள் அவருக்கு நிலம் கொடுத்தனர் (இராசு, *1994 : 523 – 24*).

இதே மன்னருக்கு விசைய நல்லூர் பல்லவராயப் புரையர் மொக்கு புலித்தேவன் என்பவர் அழகிய நல்லாள் என்ற தன்

மகளைச் சிறையாகக் கொடுத்தமைக்காக அவருக்கு ஊரவர் நிலம் கொடுத்துள்ளதைச் செப்பேடு ஒன்று தெரிவிக்கிறது (1994 : 529 – 30).

ஊரவர்கள் கூடித் தம் பெண்களைக் காப்பாற்றும் முகமாக, வேறு ஒருவரது மகளைச் சிறை கொடுக்க வைத்து அதற்காக நிலம் வழங்கிய கொடுமை இம்மூன்று செப்பேடுகளிலும் காணப் படுகிறது. இச்செப்பேடுகளில் இடம் பெறும் சேதுபதிகளின் காலமும், செப்பேடு எழுதப்பட்ட காலமும் ஒத்து வரவில்லை. இது தனியாக ஆராய வேண்டிய செய்தி. செப்பேடு எழுதப்பட்ட தன் அடிப்படை நோக்கம், பெண்ணைச் சிறை கேட்ட மன்ன ருக்குத் தன் மகளைச் சிறையாகக் கொடுத்த தந்தைக்கு, ஊரவர் கூடி நன்றிக்கடனாக நிலம் வழங்கிய செயலைக் குறிப்பிடுவது தான். இதை மட்டும் நாம் கவனத்தில் கொள்ளுதல் போது மானது.

பெண்களைச் சிறை எடுக்கும் இப்பழக்கத்திற்கு பெரிய நாயகம் பிள்ளை என்பவர் எழுதிய அச்சிடப்படாத சுய சரிதையும் சான்றாக அமைகிறது. அமெரிக்கன் மதுரை மிஷனில் 19ஆம் நூற்றாண்டில் இவர் பணியாற்றியுள்ளார். தமது சுயசரிதையின் தொடக்கத்தில், தமது முன்னோர் இராமநாத புரத்தில் இருந்து திருநெல்வேலிக்கு இடம் பெயர்ந்ததைப் பின்வருமாறு குறிப்பிடுகிறார்:

என் பாட்டனார் ஞானப்பிரகாசம் பிள்ளை இராம நாதபுரம் சமஸ்தானத்தில் சம்பிரிதி வேலை பார்த்தார். இவர் இந்து மார்க்கத்தைச் சேர்ந்தவர். இந்து மார்க்கப் பேர் ஞாபகமில்லை. இராமநாதபுரம் சமஸ்தானத்தில் பேர் பிரஸ்தாபமாயும், ஜமீன்தாருக்குப் பிரியமும் உண்மை யுமாக நடந்து வந்தார். இப்படி சம்பிரதி வேலை ஒழுங்காய் நடந்து வருகிற காலத்தில், அந்தக் காலத்திலிருந்த ஜமீன் தார், இவர்கள் வீட்டுப் பெண்ணைச் சிறை எடுக்க யோசித்திருப்பதாக சமாசாரம் இவர் காதுக்கெட்டியது. அந்தக் காலத்தில் ரெயில் கிடையாது. சடுக்கா வண்டி கிடையாது. மாட்டு வண்டிகள்கூடக் கிடைக்கிறது ரொம்ப வர்த்தமாயிருக்குமாம்.

சிறையெடுக்க யோசித்திருக்கிற சமாசாரம் இவர் காதுக் கெட்டியவுடனே இனிமேல் இவ்விடத்திலிருப்பது மரியாதையில்லையென்று எண்ணி, ஊரைவிட்டுப் போகத் தீர்மானித்து நகைகளையும் எடுத்துக் கொண்டு இராத்திரியே புறப்பட்டு, பிள்ளை குட்டிகளெல்லாம் கால்நடையாய் நடந்து எட்டுநாள் போல் தங்கித் தங்கி திருநெல்வேலி போய்ச் சேர்ந்தார்களளாம்.

                                        ஆ. சிவசுப்பிரமணியன்

தம் முன்னோரின் இடப்பெயர்ச்சி தொடர்பாக, குடும்ப உறுப்பினர்களிடம் வந்த கர்ணபரம்பரைச் செய்தியை எழுத்து வடிவில் எழுதிவைத்ததன் வாயிலாக அச்செய்தியைப் பெரிய நாயகம் பிள்ளை ஆவணப்படுத்தியுள்ளார்.

நிகழ்வும் சமூக நினைவும்

இக்கட்டுரையில் குறிப்பிட்ட மூன்று சமூக நிகழ்வுகளும் வாய்மொழியாக வழங்கி வருபவை. இவற்றின் நம்பகத்தன்மைக்கு மேற்கூறிய எழுத்தாவணங்கள் துணை புரிகின்றன. இந்த இடத்தில் சமூக நினைவு குறித்து பீட்டர் பார்க் (2003 – 44) என்பவர் கூறும் செய்தியை அறிந்து கொள்வது பொருத்த மாக இருக்கும்.

சமூகக் குழுக்களால் நினைவு கட்டமைக்கப்படுகிறது. அக்குழுவைச் சார்ந்த தனி மனிதர்கள் நினைவுகளை நினைவில் கொள்ளுகிறார்கள். ஆனால் அச்சமூகக் குழுக்கள் எது நினைவில் கொள்ளத்தக்கது, எப்படி நினைவில் கொள்ள வேண்டும் என்பதைத் தீர்மானிக்கின்றன. தாங்கள் நேரடியாக அனுபவித் தறியாத ஒன்றை அவர்கள் நினைவில் கொள்ளுகிறார்கள். எனவே ஒரு குழுவினர், கடந்த கால நிகழ்வுகளைக் கூட்டாக மறுகட்டமைப்பு செய்வதே நினைவு என்று கூறலாம்.

இக்கூற்றின் அடிப்படையில் முதல் இரண்டு சமூக நினைவு களை ஆராய்வோம். முதல் நிகழ்வுடன் தொடர்புடைய தெய்வ வழிபாடு ஒன்றுள்ளது. மணியாச்சியில் இருந்து ஒட்டப்பிடாரம் செல்லும் சாலையில் உள்ள ஊர் பாறைக்குட்டம். இவ்வூரில் உள்ள அய்யன் செங்கமல உடையார் கோவிலைப் பாதுகாத்துப் பூசாரியாக இருப்பவர்கள் இடையர் சமூகத்தினர். இத்தெய்வத் திற்கும் இவர்களுக்கும் இடையே உள்ள உறவு மேற்கூறிய சமூக நினைவுடன் தொடர்புடையது.

இதன்படி இராமநாதபுரம் பகுதியிலிருந்து கால்நடையாகப் புறப்பட்டு வந்த கொண்டையங்கோட்டை மறவர்கள் இவ்வூரில் இரவு நேரத்தில் தங்கி ஓய்வெடுத்தார்கள். அவர்கள் புறப்பட்டு வரும்போது தம்முடன் தம் குலதெய்வமான சிலையையும் கொண்டு வந்திருந்தனர். அதற்குத் திருநீராட்டு செய்யப் பால் தேவைப்பட்டது. அவ்வூரிலுள்ள இடையர்களிடம் பால் கேட்டபோது அவர்கள் தர மறுத்துவிட்டனர்.

மறுநாள் அங்கிருந்து புறப்படும்போது அத்தெய்வத்தின் உருவச்சிலையைத் தூக்க முயன்றனர். ஆனால் முடியவில்லை. சரி இது தெய்வத்தின் விருப்பம் போல என்று கருதி தம் பயணத்தைத் தொடர்ந்து இறுதியில் மறுகால் குறிச்சியில் குடியேறினர்.

அவர்கள் சென்ற பின்னர், பாண்டியாபுரம் கிராமத்து ஆயர்களின் கால்நடைகள் இறந்து விழத் தொடங்கின. இது குறித்து அவர்கள் குறி கேட்டபோது, அய்யன் செங்கமல உடையார்க்குப் பால் கொடுக்காமையால் அத்தெய்வத்தின் கோபத்தால் கால்நடைகள் அழிகின்றன என்றறிந்தனர். அத் தெய்வத்தின் கோபத்தைத் தவிர்க்கும் வழிமுறையாக, அதை வழிபடத் தொடங்கினர். அதன்பின்னர் அவர்களது கால் நடைகள் அழிவிலிருந்து தப்பின.

மறுகால் குறிச்சியில் குடியேறிய கொண்டையங்கோட்டை மறவர்கள் தம் குலதெய்வத்தை மறக்கவில்லை. திருமண நிகழ்ச்சிக்கு முதல் வெற்றிலை பாக்கு வைத்தல், புதுமணப்பெண், உறவினர்களுடன் வந்து பொங்கலிடல் ஆகிய செயல்களின் வாயிலாக, குலதெய்வத்துடனான உறவை வெளிப்படுத்தி வருகின்றனர். நோய்தீர, வழக்குகளில் வெற்றிபெற, குடும்பச் சிக்கல்களில் இருந்து விடுபட இத்தெய்வத்தை வேண்டிக் கொண்டு அவ்வேண்டுதல் நிறைவேறினால் இங்கு வந்து, விலங்கு உயிர்ப்பலி கொடுத்தல், பொங்கலிடல் ஆகிய சடங்குகளை மேற்கொள்கின்றனர்.

இங்கு, குலதெய்வ வழிபாடு என்ற சமயச் சடங்கின் வாயிலாகக் கொண்டையங்கோட்டை மறவர்களின் இடப் பெயர்ச்சியும் அதற்கான காரணமும் சமூக நினைவாகத் தொடர்கின்றன.

இரண்டாவது, சமூக நினைவை உறவுச்சொல் ஒன்று, இன்றும் மறக்கவிடாமல் வைத்துள்ளது. ஆப்பநாட்டு மறவர் தலைவரின் பெண்ணுக்குத் திருமணம் செய்வித்ததன் வாயிலாகத் தந்தையின் கடமையை வேம்பார் பரதவர்களின் சாதித்தலைவர் செய்துள்ளார். இவ்வுதவியின் வாயிலாக, தம் குலமானத்தைக் காத்ததாக ஆப்பநாட்டு மறவர் சமூகம், இன்றளவும் கருதி வருகிறது. இதன் வெளிப்பாடாக 'அப்பச்சி' என்ற உறவுச் சொல்லால் வேம்பார் பரதவ சமூகத்தினரை அழைத்து வருகின்றனர்.[3]

மூன்றாவது, சமூக நினைவைச் 'சோணையாகோவில்' என்றழைக்கப்படும் கோவில் வழிபாடு பாதுகாத்து வருகிறது. போர்க்குணத்துடன் கூடிய மனிதநேய உணர்வுடன், தம் சமூகத்தைச் சேர்ந்த பெண்ணைக் காப்பாற்றும் முயற்சியில் இறந்து போன சோணை, முத்தையா என்ற இரு இளைஞர்கள் தான் இங்கு தெய்வமாக நிலை பெற்றுள்ளனர். இவ் உண்மையை இன்றைய தலைமுறையினர் அறிய இக்கோவில் வழிபாடு உதவுகிறது.

  ஆ. சிவசுப்பிரமணியன்

ஒரு சமூகத்தின் வரலாற்றில் நிகழ்ந்த நிலவுடைமைக் கொடுமைகளைப் பெரும்பாலும் மரபுவழி வரலாற்றாவணங்கள் பதிவு செய்வதில்லை. ஆனால் மக்களின் சமூக நினைவுகள் அவற்றைப் பதிவு செய்து பாதுகாத்து வருகின்றன. ஆனால் ஒவ்வொரு சமூகமும் ஒவ்வொரு வகையில் இதைப் பாதுகாத்து வருகின்றது.

மறுகால்குறிச்சி மறவர்களும் இலுப்பக்குளம் அகமடியார் களும் தம் குலதெய்வ வழிபாட்டின் வாயிலாகவும், ஆப்ப நாட்டு மறவர்கள் 'அப்பச்சி' என்ற உறவுச் சொல்லின் வாயி லாகவும், ஜமீன்தாரின் பாலியல் வன்முறையிலிருந்து தம் மூதாதையர்கள் தப்பியதை நினைவில் கொள்ளுகின்றனர்.

தம் முன்னோர்களின் இடப்பெயர்ச்சி குறித்து வாய் மொழியாக வழங்கி வந்த மரபுச் செய்தியைப் பெரியநாயகம் பிள்ளை எழுத்தாவணமாக்கியுள்ளார். இது எழுத்து வடிவிலான வரலாற்றுத் தரவாக அமைந்து மேற்கூறிய சமூக நினைவுகளின் நம்பகத்தன்மைக்குச் சான்றாகிறது.

தனியொரு மனிதனுக்கு ஊரவர் வழங்கிய நிலக் கொடையைத் தெரிவிக்கும் மேற்கூறிய மூன்று செப்பேடு களும், நிலக்கொடையை வழங்கியமைக்கான காரணத்தையும் பதிவு செய்துள்ளன. இதன் அடிப்படையில் மேற்கூறிய மூன்று சமூக நினைவுகளில் இடம் பெற்றுள்ள பாலியல் வன்முறை முயற்சி தொடர்பான செய்திகள், கற்பனையல்ல, நடைமுறை உண்மையே என்ற முடிவுக்கு நாம் வரமுடிகிறது. நிலவுடைமைச் சமூக அமைப்பில், பெண்ணின் உடல் மீதான வன்முறையானது, தன் சாதி, அயற்சாதி என்ற பாகுபாடில்லாமல் 'சிறை எடுத்தல்', 'பெண் கேட்டல்' என்ற பெயர்களால் நிகழ்ந்துள்ளது. இவற்றை யெல்லாம் பல்வேறு வடிவங்களில் சமூக நினைவுகளாக மக்கள் குழு காப்பாற்றி வருகிறது. இத்தகைய சமூக நினைவுகளை முறையாகச் சேகரித்து ஆராய்ந்தால், தமிழக நிலவுடைமைக் கொடுமைகளின் ஒரு பகுதி வெளிப்படும்.

குறிப்பு

1. சில நேரங்களில் இதற்கு மாறான நிகழ்வுகளும் நிகழ்ந் துள்ளன. ஆயினும் இவை விதிவிலக்கான நிகழ்வுகளே.

2. கொண்டையங்கோட்டை மறவர்களிடம், 'கொத்து', 'கிளை' என்ற பிரிவுகள் உண்டு. இதனடிப்படையில் இவர்கள் உயர்வாகக் கருதப்படுகின்றனர்.

3. பெண்ணின் மானத்தைக் காப்பாற்றியவர்களைத் தந்தை என்று போற்றும் வழக்கம் இருந்துள்ளமைக்கு, செப்பேட்டுச் சான்று ஒன்றுள்ளது. 1873ஆம் ஆண்டைச்

சேர்ந்த இச்செப்பேடு கூறும் செய்தியின் சுருக்கம் வருமாறு: "கோம்பையில் வாழும் இடங்கையைச் சேர்ந்த ஐந்து ஜாதி ஆசாரிமார்கள் மற்றும் குடும்பன் மார்களின் பெண்களை வலங்கையார் சிறைபிடிக்க முனைந்தபோது, பக்கிரிவா சேர்வை ராவுத்தர் என்பவர் அவர்களைத் தடுத்துப் பெண்களின் மானத்தைக் காப்பாற்றினார். இதற்கு நன்றிக் கடனாக அவருக்கு 'மானங்காத்த தகப்பன்' என்ற சிறப்புப் பெயர் கொடுத்து, சுருளி ஆற்றுப் பகுதிக்குப்பட்ட பகுதிகளில் வாழும் இவர்கள் அனைவரும் தங்கள் தலைவரான ஸ்ரீநவநீத கிருஷ்ண மேஸ்திரி ஆசாரி உத்தரவுப்படி தங்கள் கல்யாணங்கள் ஒவ்வொன்றுக்கும் 5 பணம் வீதமும் நவதான்யங்கள், அரிசி அஞ்சுபடியும் கொடுக்க இச்செப்புப்பட்டயம் எழுதித் தந்துள்ளனர்" (ஸ்ரீதர், 2005 – 209). வலங்கையார் கூட்டமாக வந்த செய்தியை 'வலங் கையார் குமுசல் கூடிப்பெண் சிரை(றை) பிடிக்க வந்ததில்' என்று செப்பேடு குறிப்பிடுகிறது. பெண்களைக் கவர்ந்து செல்வதைச் 'சிறை பிடித்தல்' என்று குறிப்பிடும் பழக்கம் இருந்தமைக்கு இச்செப்பேட்டு வரியும் சான்றாகிறது.

தகவலாளர்கள்

1. தோழர் கிருஷ்ணன், முன்னாள் சட்டமன்ற உறுப்பினர், மறுகால் குறிச்சி.
2. திரு.தம்பி அய்யா பர்னாந்து, வேம்பாறு.

துணைநூற்பட்டியல்

இராமசாமி, அ., 1990. 'தமிழ்நாடு மாவட்ட விவரச் சுவடிகள் – இராமநாதபுரம்'.

இரா, செ.(பதிப்பாசிரியர்), 1994. 'சேதுபதி செப்பேடுகள்'.

ஞானசேகரன், 1992. 'நாயக்கர் காலம் நாட்டார் தெய்வக் கதைகள்'

பெரியநாயகம் பிள்ளை வாழ்க்கை வரலாறு – (அச்சிடப்படாத கையெழுத்துப் படி)

ஸ்ரீதர், தி.ஸ்ரீ. (பதிப்பாசிரியர்) 2005. 'தமிழகச் செப் பேடுகள்', தொகுதி. 1.

Peter Burkk, 2003. History as Social Memory – *Varieties of Cultural History* – Polity Press.

ஐ ஊ

ஆ. சிவசுப்பிரமணியன்

மலைத்தோட்டத் தொழிலாளர் வாழ்க்கை குறித்த நாட்டார் பாடல்கள்

மூன்றாம் மைசூர் யுத்தத்தையடுத்து தென்னிந் தியாவில் காலூன்றிய வெள்ளை அரசு, ஒருபுறம் தன் அரசியல் ஆதிக்கத்தை நிலைநாட்டிக் கொண்டு, மறுபுறம் தன் பொருளாதாரச் சுரண்டலைத் திட்டமிட்டு நிகழ்த்தத் தொடங்கியது. இதற்கு உதவும் வகையில் ரயில் போக்கு வரத்தையும், தபால் தந்தி முறையையும் அறிமுகப் படுத்தியது. மேலும் நவீனத் தொழிற்சாலைகள், மலைத் தோட்டங்கள் ஆகியனவற்றை உருவாக்கியது.

புதிதாக உருவாக்கப்பட்ட மலைத் தோட்டங்களில் தேயிலை, காப்பி ஆகிய பணப்பயிர்களை வளர்த்தனர். உள்நாட்டில் மட்டுமன்றி பிரிட்டனின் பிற குடியேற்ற நாடுகளிலும் இத்தகைய தோட்டங்கள் உருவாயின. இந்த வகையில் மலேசியா, பர்மா (மியான்மர்) ஆகிய நாடுகளில் ரப்பர்த் தோட்டங்களும், இலங்கையில் காப்பி, தேயிலைத் தோட்டங்களும் உருவாயின. நியூகினியா, ஜமைக்கா, பிஜி, டிரினிடாட் ஆகிய நாடுகளில் கரும்புத் தோட்டங்கள் உருவாயின. இத்தோட்டங்களில் பணிபுரிய ஏராளமான தொழிலாளர்கள் தேவைப்பட்டனர். எனவே இந்தியாவிலிருந்து ஏராளமான தொழிலாளர்கள் 'கூலிகள்' என்ற பெயரில் இந்நாடுகளில் பணிபுரிய அழைத்துச் செல்லப்பட்டனர். பிரிட்டிஷ் குடியேற்ற நாடுகளில் 1834ஆம் ஆண்டில் அடிமைமுறை ஒழிக்கப் பட்ட பின்னர், இத்தோட்டங்களில் கூலிகள் அதிகளவில் தேவைப்பட்டனர். 'ஒப்பந்தக் கூலிகள்' என்ற பெயரில் தொடக்கத்தில் அழைத்துச் செல்லப்பட்டவர்கள், பின்னர்

'கங்காணி முறை' என்ற முறையின்கீழ் அழைத்துச் செல்லப் பட்டனர். மலைத்தோட்ட வாழ்க்கை குறித்து மிகைப்படுத்தப் பட்ட புனைவுகளைக் கூறி கங்காணிகள் இவர்களை அழைத்துச் சென்றனர். உள்நாட்டில் மழை பொய்த்துப் போவதால் அவ்வப் போது ஏற்படும் பஞ்சங்கள், கிராமப்புற லேவா தேவிக்காரர் களிடம் கடன்பட்டு அதன் விளைவாகத் தம் நிலங்களை இழந்த சிறு நில உடைமையாளர்கள், சாதியக் கொடுமைகளுக்கு ஆளாகி அல்லல்படுவோர் ஆகியோரின் புகலிடமாக மலேயா, பர்மா, இலங்கை ஆகிய அண்டை நாடுகளிலிருந்த மலைத் தோட்டங்கள் அமைந்தன. சில ஆண்டுகள் அங்கு உழைத்தால் மிகுதியான பணத்துடன் நாடு திரும்பலாம் என்று நம்பி இந்நாடுகளுக்கு நம்மவர்கள் சென்றனர். ஆனால் மோசமான பருவநிலை, அட்டைக்கடி, கொசுக்கடியினால் ஏற்படும் மலேரியாக் காய்ச்சல், வாக்களித்த அளவிற்குக் கூலி தராமை, அடித்து வேலை வாங்கும் கொடுமை, பாலியல் வன்முறை என்பனவற்றைத்தான் அவர்கள் எதிர்கொண்டார்கள்.

மலைத் தோட்டத் தொழிலாளர்களின் வாழ்க்கை நிலையை வெள்ளை அரசின் அறிக்கைகளும், தோட்டத் தொழிலாளர் களின் நாட்குறிப்புகளும் வெளிப்படுத்தி நின்றாலும், அவை வெள்ளையரின் குரலையே ஒலித்தன. இந்திய தேசியக் காங்கிரஸ் அவ்வப்போது அமைத்த குழுக்களும், மாநாடுகளில் பேசப்பட்ட உரைகளும் ஓரளவிற்குத் தொழிலாளர்களின் அவல நிலையை வெளிப்படுத்துகின்றன.

என்றாலும் பாதிப்பிற்கு உள்ளான 'கூலித் தமிழர்களின்' அவலத்தை அவர்களிடம் உருவான நாட்டார் பாடல்களே முழுமையாக வெளிப்படுத்துகின்றன. பல ஆண்டுகள் கழித்து எழுத்து வடிவம் பெற்ற பின்னர் இப்பாடல்கள் இவர்களின் அவல வாழ்வை வெளிப்படுத்தும் ஆவணங்கள் என்ற தகுதியைப் பெற்றுள்ளன. சான்றாக, சில பாடல்களைக் காண்போம்.

၀၀၀

மலைத் தோட்டங்களில் பணிபுரிய எத்தகைய ஆசை வார்த்தைகளைக் கூறித் தொழிலாளர்களை அழைத்துச் சென்றனர் என்பதை,

ஆள்ஒண்ணுக்கு அஞ்சுரூபா – தங்கம்
தையலாளே
அட்வான்ஸு நான் கொடுப்பேன்–
பொன்னுகுயிலாளே

அஞ்சுமணி வண்டியேறித் – தங்கம்
தையலாளே

                                          ஆ. சிவசுப்பிரமணியன்

அங்குலக் குறிச்சி போவோம்–
பொன்னுகுயிலாளே

பெரட்டுக்களம் போய்நீ – தங்கம் தையலாளே
பேர் கொடுத்தால் போதுமடி–
பொன்னுகுயிலாளே
அஞ்சுராத்தல் கொழுந்தெடுத்தால் – தங்கம்
தையலாளே
அஞ்சணாக் கிடைக்குமடி–
பொன்னுகுயிலாளே

என்ற பாடல்கள் உணர்த்துகின்றன. இத்தகைய ஆசை வார்த்தை
களில் மயங்கி மலைத்தோட்டங்களில் பணிபுரிய இணங்கிய
வர்கள் மருத்துவச் சோதனைக்கு உட்படுத்தப்பட்டு அதிக
எண்ணிக்கையில் கப்பல்களில் அனுப்பப்பட்டதை,

ஆவடி டாக்டரு அருமையாத் தான்பேசி
அரையெல்லாம் பாக்கணுமின்னு

திரையெல்லாம் இழுத்து அரையெல்லாம் சோதிச்சு
அனுப்பினார் கப்பலுக்கு

மாலைபோட்டு மாட்டைப் பொங்கல்வைச் சாப்போலே
ஆளையெல் லாம்கூப்பிட்டு

ஆளுக் கொருஊசி அருமையாத் தான்ஏத்தி
அனுப்பினார் கப்பலுக்கு

ஆணையும் பொண்ணையும் ஆடுமாடு போலே
அடுக்கினான் கப்பலிலே

ஆவடி யில்ஏழு நாளு இருந்தசுகம்
அமைஞ்சுச்சே கப்பலிலே.

மலேயா (மலேசியா) ரப்பர்த் தோட்டத் தொழிலாளர்களின்
வேலைப்பளுவையும் மாடுகளைப் போல் அவர்களை அடித்து
வேலை வாங்கிய கொடுமையையும் சில பாடல்கள் வாயிலாக
அறிய முடிகிறது.

காலையிலே எழுந்திருந்து
காண்டாவாளி* தூக்கணும்
கடுமையான நூறு மரத்த
நாங்க வெட்டணும்

---

* காண்டாவாளி – ஒரு கம்பின் இருமுனைகளிலும் வாளி கட்டப்
பட்டு கம்பின் நடுப்பகுதியைத் தோளில் சுமந்து செல்லுவர்.

உழைப்பாளியா நாங்க
இருந்து ஓடாகத் தேயணும்
உழைக்கும் மக்கள் நாங்கள்
வறுமையாய் வாழணும் ... (காலையிலே)

இட்ட வேலையை நாங்களாகவே
எடுத்துக் கூறிச் செய்யணும்
செய்யாவிட்டால் பின்முதுகில்
புடனி பிடித்துத் தள்ளுவார்
ஏனென்று கேட்க நாதியில்லை
எடுத்துரைக்கக் கெதியில்லை (காலையிலே)

பாலைச் சுமந்து கொண்டு வந்து
பக்குவமா ஊத்தணும்
படிதவறி கீழே விழுந்தால்
ஏன் என்று கேக்க நாதியில்லை

இந்த தோட்டத்தில் கேக்க நாதியில்லை
எடுத்துரைக்கக் கெதியுமில்ல ... (காலையிலே)

இப்பாடலின் இறுதி இரண்டு வரிகள் அவர்களது இயலாத்
தன்மையை எடுத்துரைக்கின்றன. காப்பித் தோட்டத் தொழி
லாளர்களின் அவலத்தைப் பின்வரும் பாடல்கள் எடுத்து
ரைக்கின்றன:

கோணக்கோண பாத வெட்டி
ஏலேலக்கும்மி ஏலேலோ
ஏலேலக்கும்மி ஏலேலோ

கொப்பிப்பழம் பறிக்கப் போனோம்
ஏலேலக்கும்மி ஏலேலோ
ஏலேலக்கும்மி ஏலேலோ

ஒரு பழம் தப்புச்சனா
ஏலேலக்கும்மி ஏலேலோ
ஏலேலக்கும்மி ஏலேலோ – அடி

ஓதைப்பாண்டி வெள்ளைக்காரன்
ஏலேலக்கும்மி ஏலேலோ
ஏலேலக்கும்மி ஏலேலோ

செடியைச் சுற்றி – ஏலேலோ பழமிருக்கும் – ஜலசா
செந்தொட்டியும் – ஏலேலோ கூடஇருக்கும் – ஜலசா
களையெடுத்தும் – ஏலேலோ பழமெடுத்தும் – ஜலசா
கணக்குப்பிள்ளை – ஏலேலோ கம்பாலடிப்பான் – ஜலசா
பெரிய ரைட்டன் – ஏலேலோ பிரம்பெடுத்து – ஜலசா
பெறப்படுவான் – ஏலேலோ பழக்காட்டுக்கு – ஜலசா
பழக்காட்டிலும் – ஏலேலோ களைக்காட்டிலும் – ஜலசா
பறந்தடிப்பான் – ஏலேலோ பாவிப்பயல் – ஜலசா
பெறப்படணும் – ஏலேலோ பொழுதுசாய – ஜலசா

                                      ஆ. சிவசுப்பிரமணியன்

பெரட்டுக்களம் – ஏலேலோ பேர்கொடுக்க – ஜலசா
ஜம்பதுபேருக் – கேலேலோ அரைப்பேரு – ஜலசா
முப்பதுபேருக் – கேலேலோ முழுப்பேரு – ஜலசா
அரைப்பேராலே – ஏலேலோ கங்காணிக்கு – ஜலசா
தலைக்காசு – ஏலேலோ தவறிப்போச்சு – ஜலசா
கோலத்தோடே – ஏலேலோ கங்காணியும் – ஜலசா
குதிக்கிரானே – ஏலேலோ கூச்சல்போட்டு – ஜலசா

கணக்கு குறைஞ்சதால், களைக்காட்டு மேஸ்திரி கட்டிவைத்
தடித்தானம்மா.

அந்த கம்பு எடுத்தில்ல அடிச்சாரு கங்காணி,
அய்யய்யோ! அம்மா! அப்பா அடுக்குமா?
யாருக்குத்தான் பதில் சொல்வேன் துரைமாரே!

மலைத் தோட்டங்களில் மட்டுமன்றி ரயில் பாதை அமைப்
பதில் ஈடுபட்ட தொழிலாளர்களும்கூட அடியில் இருந்து
தப்பவில்லையென்பதை,

ஒரு தட்டு ஏலேலோ மண்ணெடுத்து ஜலசா
மண்ணெடுத்து ஜலசா
நாம் போட்டே ஏலேலோ
ரயில்ரோடு ஜலசா
ரயில்ரோடு ஜலசா
குடுக்கிறது ஏலேலோ முக்காத்துட்டு ஜலசா
முக்காத்துட்டு ஜலசா
வீசுறது ஏலேலோ மணிப்பெரம்பு ஜலசா
மணிப்பெரம்பு ஜலசா

என்ற பாடல்கள் உணர்த்துகின்றன. மலேயா (மலேசியா)
நாட்டின் ரப்பர்த் தோட்டங்களில் பணி புரிய ஒப்பந்தக் கூலிகளாக
அழைத்துச் செல்லப்பட்டவர்களின் வேலை நிலைமையை
அங்கு வாழ்ந்த முத்தம்மாள் பழனிச்சாமி (2007:123 – 124)
என்பவர் தமது சுயசரிதையில் பின்வருமாறு பதிவு செய்துள்ளார்:

ஒவ்வொரு எஸ்டேட்டும் ஆயிரக்கணக்கான ஏக்கர்களை
கொண்டிருக்கும். ஒரு தொழிலாளி ஒரு நிரை வெட்டுவார்.
அதாவது ஏறக்குறைய 300 ரப்பர் மரங்கள் கொண்டது
ஒரு நிரை.

வெட்டுவது என்பது மரங்களைச் சீவுவது. வளைந்த
முனையுள்ள கத்தியைக்கொண்டு மரத்தின் பட்டயைப்
பக்கவாட்டின் மேலிருந்து கீழே சீவினால் அந்தக்கோடு
வழியாகப் பால் வடிந்து ஒரு சிறு தகரத்தின் வழி
மரத்தடியில் வைத்திருக்கும் கிண்ணத்தில் விழும். சீவும்
பொழுது மரத்தில் படாமல் பட்டயை மட்டும் சீவ
வேண்டும். மரத்தில் வெட்டுப் பட்டால் நாளடைவில்

மரம் பழுதடைந்துவிடும். மரத்தில் கத்திபடுவதை காயம் படுதல் என்று சொல்வார்கள்.

தோட்டத் தொழிலாளர்களின் குடியிருப்புக்களைக் 'கூலி லயம்' என்று சொல்வார்கள். ஒட்டிக் கட்டின சிறுசிறு வீடுகள். காலத்துக்குக் காலம் மாறுபட்டிருக்கும் அவ்வீடுகள் 'துரை பங்களா' (வெள்ளைக்கார நிர்வாகியின் வீடு)வை விட்டு தள்ளியே இருக்கும். தோட்டக் குமாஸ்தா (கிராணி) வீடுகளும் அப்படியே.

அதிகாலையில் சுமார் மணி ஐந்துக்கு கங்காணி மணி அடிப்பார். தொழிலாளர்கள் எழுந்து காலைக்கடன்களை முடித்துக்கொண்டு, பால் வெட்டுக்கு வேண்டிய காண்டா, வாளி, கத்தி இவைகளை எடுத்துக் கொண்டு ஆபீஸ் பக்கத்தில் உள்ள பெரட்டுக்கு அழைக்கும் (ரோல்கால் அல்லது *muster*) இடத்துக்குச் செல்வார்கள். பெண்கள் தங்கள் கைக்குழந்தைகளை ஆயாக் கொட்டகையில் விட்டுவிட்டு வருவார்கள். ரோல்கால் முடிந்ததும் அவர வருக்குக் கொடுக்கப்பட்ட நிரைகளுக்குச் சென்று மரம் சீவும் வேலையைத் தொடங்குவார்கள். மரம் வெட்டும் தொழிலாளிகளைக் கண்காணிக்கக் கங்காணியும் வெளிக்காட்டுக் குமாஸ்தாக்களும் (தீம்பார் கிராணி) செல்வார்கள். சில சமயங்களில் பெரியதுரை, சின்னத்துரை என்று மாறி மாறி தோட்டத்தைச் சுற்றி வருவார்கள். காலை பத்து மணிக்கு முன்பே மரம் சீவும் வேலை முடிந்து விடும். முடித்ததும் சிறு இடைவேளை.

அப்பொழுது தொழிலாளர்கள் ஓரிடத்தில் அமர்ந்து கொண்டு வந்த உணவை உண்டுவிட்டு பட்டை ஆய் வார்கள். மரம் சீவும்பொழுது வெளிவரும் பட்டைகள் முதல் நாள் சீவிய கோட்டில் உள்ள காய்ந்த ரப்பர் பாலுடன் சேர்ந்து வரும். பட்டை ஆயும்பொழுது காய்ந்த பாலை மட்டும் தனியாக எடுத்து பட்டைச் சாக்கில் போட்டுக்கொள்வார்கள். அதை ஒட்டுப்பால் எனச் சொல்வார்கள். பால் எடுக்கும் நேரம் ஆனதும் சங்கொலி கேட்கும். அதைக் கேட்டு எல்லோரும் பாலெடுப்பார்கள். பால் எடுத்து முடிந்ததும் ஒவ்வொருவரும் பாலை இரண்டு வாளிகளில் நிரப்பி காண்டாவில் மாட்டித் தோளில் தூக்கிச் செல்வார்கள்.

பெண்களும் ஆண்களுக்குச் சமமாகக் காண்டாவில் பால் சுமந்து கைவீசி வேகமாகச் செல்வார்கள். மதியம் இரண்டு மணிக்கு முன்னம் வேலை முடிந்து வீடு சேர் வார்கள். பெண்கள் வீட்டு வேலைகளைக் கவனிக்க

                    ஆ. சிவசுப்பிரமணியன்

ஆண்கள் சிலர் அந்தி வேலைக்குச் சென்று அதிக ஊதியம் பெறுவார்கள். அந்தி வேலை என்று காடு வெட்டுவது, கால்வாய் வெட்டுவது, மரங்களைச் சுற்றிப் புல் வெட்டுவது இப்படி ஏராளமான வேலைகள் இருக்கும். சில ஆண்கள் எடுத்துவந்த பாலை உறைய வைத்து பால் அரைக்கும் மிஷின் மூலம் சிறு சிறு பாய்போன்று சீட்டிகளாக (sheets) உருவாக்கிக் காய வைப்பார்கள். காய்ந்த சீட்டிகள் பின் புகைக்கூண்டில் வைக்கப்படும். புகைக்கூண்டில் புகை போட்டு மீண்டும் பால் சீட்டிகள் உலர்த்தப்படும். புகைக்கூண்டில் இருந்து எடுக்கப்படும் சீட்டிகள் மஞ்சள் நிறமாக, ஏற்றுமதிக்குத் தயாராக இருக்கும்.

1950 வரை அங்கு பாடப்பட்ட பாடல் ஒன்றையும் சேகரித் தெழுதியுள்ளார்.

காலைக் கருக்கலிலே
கங்காணி மணியடிக்க
அரக்கப் பறக்க அடுப்பு மூட்டி
அரைகுறையாய் போட்டுக்கிட்டு
பால்காட்டு கைலி சட்டை
பட்டைச் சாக்கை மேலே கட்டி
காண்டா வாளி தோளில் மாட்டி
கஞ்சிப்பானை கையிலெடுத்து
நின்று நினைக்கையிலே
நெஞ்சமெல்லாம் கனக்குதடி.

அலற அலற ஆசைப் பிள்ளையை
ஆயாக் கொட்டகையில விட்டு விட்டு
பெரட்டிலே பேர் கொடுத்து
பெரிய துரைக்கு சலாம் போட்டு
அஞ்சிப் பதுங்கி நின்னு
அய்யாமாருக்கு சலாம் போட்டு
ஓடி ஓடி மரம் வெட்டி
உட்கார்ந்து பட்டை ஆய்ந்து
பறக்கப் பறக்கப் பால் எடுத்து
பக்கமெல்லாம் நோகுதடி.

பெண் தொழிலாளர்கள் மீது வெள்ளைத் துரைகளும், கங்காணிகளும் நிகழ்த்திய பாலியல் வன்முறையும் சில பாடல் களில் இடம் பெற்றுள்ளன.

கிழட்டு துரை வந்துட்டாரு – நம்மள
கைய புடிக்க வர்றாண்டி
கைய புடிக்க வர்றாண்டி

. . . . .

அந்த வெட்டுப்பார்க்கும் கங்காணி
விறு விறுன்னு போயி
தாவணி புடிச்சாரு
தங்கக் காப்பு என்று
கைய புடிச்சாரு

. . . . .

சேத்துக்குள் இறங்காத
சின்னத் தொரை
அவரு பொண்ணுக்கு
இறங்கி வர்றாராம்
மானு வேட்டைக்குப் போவாராம்
மயிலு வேட்டைக்குப் போவாராம்
கோழி கூப்பிடும் நேரத்திலே
குமரி வேட்டைக்கும் போவாராம்

. . . . .

ஏறுறது கொல்லிமல
எறங்கறது வெள்ளிச்சந்த
வெள்ளிச்சந்த பாக்கப் போயி
வேளாமுள்ளு பட்டதென்ன
வெள்ளைக்கார கண்டுக்கிட்ட – அவ(ன்)
கையப் புடுச்சுக்கிட்டா
கன்னத்திலே ரெண்டுவச்சான் – அவ
கன்னத்திலே ரெண்டுவச்சான்

. . . . .

ஓராணி ஓராணித் தோட்டத்தில
ஒருவன் போட்டது வெள்ளரிக்கா
காயில ஆயிரம் பூவுல ஆயிரம்
காச்சிக் குலுங்குதாம் வெள்ளரிக்கா
வெள்ளரிக்கா விக்கச் சொல்லி
காயிதம் போடுறா வெள்ளைக்காரன்
வெள்ளைக்காரம் பணம் சின்னப் பணம்
வேடிக்க காட்டுதே வெள்ளிப் பணம்
வெள்ளிப் பணத்துக்கு ஆசப்பட்டு
வேஷங் கொலையுறா வீராயி

. . . . .

காலுச்சட் டைபோட்டு
கையை உள்ளேவிட்டுக்
கண்ணைநல் லாச்சிமிட்டிக்
கங்காணி மாரைத்தான்
கைக்குள்ளே தான்போட்டுக்
காசு களையிறைச்சு

ஆ. சிவசுப்பிரமணியன்

காடுண்ணு மில்லை
மேடுண்ணு மில்லை
வீடுண்ணும் இல்லையம்மா
கண்ட இடமெல்லாம்
கண்டகண்ட பொண்ணைக்
கையைப் பிடிச்சிழுப்பார்.

முத்தம்மாள் பழனிச்சாமியும் தமது சுயசரிதையில், 'அக் காலத்தில் நமது பெண்கள் தோட்ட நிர்வாகிகள், தொழிலாளர் களை அழைத்து வந்த ஏஜண்டுகள், சில தோட்டக் கங்காணிகள் இவர்களிடம் சொல்லொணாத் துன்பம் அனுபவித்திருக் கின்றனர்' என்று குறிப்பிட்டுள்ளார். இத்தகைய கொடுமை களுக்கு ஆளான தொழிலாளர்கள் தம் எதிர்க்குரலைப் பாடல் களின் வாயிலாக வெளிப்படுத்த முயன்றுள்ளனர்.

வழுக்கத் தலையைப் பாருங்கடி
வழுக்கத் தலையைப் பாருங்கடி
அவன் – கோணா மூஞ்சிப் பாருங்கடி
அவன் – குருட்டு மூஞ்சியப் பாருங்கடி!

என்ற பாடலின் வாயிலாக துரையின் தோற்றத்தைக் கேலியாக வருணித்து தம் எதிர்ப்பை வெளிப்படுத்தியுள்ளனர். அல்நார்சா கனவு போல, வெள்ளை அதிகாரிகளை, தான் அடித்து போல் கூறித் தம் ஆற்றாமையைப் போக்கிக் கொள்ளும் வகையிலும் சில பாடல்கள் அமைந்துள்ளன. சான்றாக, பின்வரும் பாடலைக் குறிப்பிடலாம்:

ரோட்டுன்னா ரோட்டு அது
கும்பினியான் ரோட்டு
ரோட்டு மேல ஓடுறது
நாலு சக்கர காரு
காருக்குள்ளே இருக்கறாராம் கலைக்டர்
விட்டேம் பாரு அறை அது
ஒரு முழம் தள்ளிகிச்சாம் நொரை!

இவ்வாறு மலைத்தோட்டத் தொழிலாளர்களின் நாட்டார் பாடல்கள், வேலைப்பளு, அடித்து வேலை வாங்கும் கொடுமை, பெண் தொழிலாளர்களின் மீதான பாலியல் வன்முறை ஆகியன வற்றை எடுத்துரைக்கின்றன. இப்பாடல்களில், பர்ஸி மாக்வின் என்ற வெள்ளையரால் தொகுக்கப்பட்டு பின்னர் கி.வா. ஜகந் நாதன் பதிப்பித்து வெளியிட்ட 'மலையருவி' என்ற நூலில் உள்ள பாடல்கள் மட்டுமே பாதிக்கப்பட்ட தொழிலாளர் களின் நேரடிக் குமுறலாக இருக்கும் வாய்ப்புள்ளது. ஏனெனில், நாட்டு விடுதலைக்கு முன் இப்பாடல்கள் தொகுக்கப்பட்டுள்ளன.

மேலும் மலைத் தோட்டங்களில் பணிபுரிய திருநெல்வேலி மாவட்டத்தில் இருந்து அதிகளவில் தொழிலாளர்கள் சென்

றுள்ளனர். இம்மாவட்டத்தின் ஆட்சித் தலைவராக பர்ஸிமாக்வின் பணியாற்றியுள்ளமை குறிப்பிடத்தக்கது. எனவே, மலைத் தோட்டங்களில் பணிபுரிந்தவர்களிடமிருந்து இப்பாடல்களைச் சேகரிக்க, அவருக்கு வாய்ப்புக் கிட்டி யிருக்கும் என்பதில் ஐயமில்லை.

பிற பாடல்கள் இருபதாம் நூற்றாண்டில் அறுபதுகளில் தொடங்கி, இருபத்தோராம் நூற்றாண்டில் 2003ஆம் ஆண்டு வரை உள்ள காலகட்டத்தில் தொகுக்கப் பெற்றன. எனவே, நேரடியான அனுபவம் பெற்றவர்களால் இப்பாடல்கள் பாடப் படவில்லை என்பது தெளிவு. மலேசிய நாட்டார் பாடல் களில் தொகுப்பு முறை குறித்து அறிய முடியவில்லை என்பதால், அது குறித்துத் தெளிவாக எதையும் கூற இயலவில்லை.

இப்பாடல்கள் ஒரு தலைமுறையினரின் அனுபவங்களின் வெளிப்பாடாக அமைந்து, பின்னர் அவர்கள் வாழ்ந்த பகுதி மக்களாலும், அவர்கள் வாழ்ந்த பகுதியில் இருந்து இடம் பெயர்ந்து சென்ற மக்களாலும் பாடப்பட்டிருக்கும் வாய்ப்புகள் அதிகம். ஒரு குறிப்பிட்ட கால அனுபவங்களை, அவ்வனு பவங்களுடன் நேரடியான தொடர்பில்லாதவர்கள் தம் வாய்மொழி, வழக்காறுகளின் வாயிலாக வெளிப்படுத்தியுள்ளனர். இதை பட்லர் (Putler), பெட்ரோ (Petrol) போன்றவர்கள் சமூக நினைவு (Social Memory) என்று குறிப்பிடுகின்றனர். சமூக நினைவு சமூகக் குழுக்களால் கட்டமைக்கப்பட்டுக் கூட்டு நினைவாகச் சமூகத்தால் உருவாக்கப்படுகிறது என்று குறிப்பிடும் ரொமிலா தாப்பர் (2004 : 214), நினைவானது சுய அனுபவமாக இருக்க வேண்டியதில்லை. மெருகூட்டப்பட்டதாகவும் அப்படியே நினைவில் நிறுத்திக்கொண்டதாகவும் இருக்கலாம். எது நினைவில் கொள்ள வேண்டியது, எது மறக்கப்பட வேண்டியது என்பதை நினைவாற்றல் முடிவு செய்கிறது. அத்துடன் பார்வையாளர்கள் (கேட்போர்) உருவத் தையும் உள்ளடக்கத்தையும் தீர்மானித்துக்கொள்கின்றனர் என்கிறார்.

இதன் அடிப்படையில் மேற்கூறிய பாடல்களைச் சமூக நினைவாகக் கொள்ளலாம். தொழிற்களத்தில் பாடப்பட்ட இப்பாடல்களில் சில கும்மிப்பாடல்களாக மாற்றம் பெற்றுள்ளன என்பதை நோக்கும் போது பழைய உள்ளடக்கம் புதிய வகைமை யில் (Gener) வெளிப்படுவது தெரியவருகிறது.

இப்பாடல்கள் அவற்றை உருவாக்கிய மக்களின் மனப் பாங்கை அல்லது கூட்டு நனவிலி மனத்தை ('Mentalities' or Collective consciousness) வெளிப்படுத்தவதாகவும் அமை கின்றன. இதனால் அடித்தள மக்களின் உணர்வுகளைப் புரிந்து கொள்ள முடிகிறது. சுரண்டலின், மூலவேர்களைப் புரிந்து

　　　　　　　　　　　　ஆ. சிவசுப்பிரமணியன்

கொள்ள முடியாமல் தம் வேலைத் தளத்தில் காட்சியளிக்கும் கங்காணியே எல்லாவற்றிற்கும் காரணமென்று நம்பும் அப்பாவித்தனம்கூட வெளிப்படுகிறது.

தோட்டம் புரளியில்லை
துரைமேல குத்தமில்லை
கங்காணி மாறாலேதான்
கணபுரளி ஆகுதய்யா

என்ற பாடல் இதற்குச் சரியான எடுத்துக்காட்டாகும்.

இத்தகைய பாடல்கள் ஒரு குறிப்பிட்ட பகுதியினரிடமிருந்து உருவானவை என்பதால் அவை ஒரு பக்கச் சார்பானவை என்ற குற்றச்சாட்டைச் சிலர் எழுப்பலாம். இப்பாடல்கள் ஒரு பக்கச் சார்பானவை என்றால் மலைத் தோட்டங்களின் உரிமையாளர்களும், அவர்களை ஆதரித்த வெள்ளை அரசும், உருவாக்கிய ஆவணங்களும் ஒரு பக்கச் சார்பானவைதான்.

வரலாற்று வரைவில் பல்வேறு தரவுகளை ஒன்றோடொன்று பொருத்திப் பார்த்து ஒரு முடிவுக்கு வருவது போல் நாட்டார் வழக்காறுகளையும், பிற வரலாற்றுத் தரவுகளையும் பொருத்திப் பார்த்து ஒரு முடிவுக்கு வரமுடியும்.

துணைநூற்பட்டியல்

இரவிச்சந்திரன் (2001) சி.மா., 'நாட்டுப்புறப் பாடல் களஞ்சியம்', தொகுதி 6, மெய்யப்பன் தமிழாய்வகம், சென்னை.

முத்தையா (2001) 'ஓ., நாட்டுப்புறப் பாடல் களஞ்சியம்', தொகுதி 7, மெய்யப்பன் தமிழாய்வகம், சென்னை.

சாரல் நாடன் (1990) 'மலையகத் தமிழர்', 'மலையரசி' பதிப்பகம், சென்னை.

தண்டாயுதம், டாக்டர் இரா. (1998) மலேசிய நாட்டுப்புறப் பாடல்கள்', தமிழ்ப்புத்தகாலயம், சென்னை.

பர்ஸி மாக்வின் 'மலையருவி', சரஸ்வதி மஹால், தஞ்சாவூர்.

பாலுசாமி, பா (2002) 'கொல்லிமலை மக்கள் பாடல்கள்', 'சா. சுவாமிநாதன் ஆராய்ச்சி நிறுவனம்', சென்னை.

Panchanan Saha (1970) **Emigration of Indian** *Labour, Pelple's Publishing House (P) Ltd., New Delhi.*

Romila Thapar (2004) **Somanatha, The Many** *Voces of a History, Penguin Viking. New Delhi*

சாளரம் இலக்கியம் மலர்
ஜனவரி 2008

ை ஐ

சொக்கத்தங்கம் செம்புலிங்கம்*

தமிழ்நாட்டின் உண்மையான சமூக வரலாறு எழுதப்படும்போது, குற்றங்கள், அவற்றைச் செய்தோர், அக்குற்றங்களுக்கான தண்டனை முறைகள் ஆகியன வற்றிற்கும் அதில் முக்கிய இடமுண்டு. சமூக வாழ்வில் குற்றங்கள் கடிந்து ஒதுக்கப்படுவனவாக இருக்கலாம். ஆனால் சமூக வரலாற்றாய்வில் அவற்றைப் புறக்கணித்து விட முடியாது.

தண்டனைக்குரிய குற்றங்கள் செய்தோரைக் குறித்த செய்திகளை மக்களின் வாய்மொழி வழக்காறுகளான, வாய்மொழிக் கதைகள், பாடல்கள், கதைப் பாடல்கள் ஆகியனவற்றின் வாயிலாக அறிய முடியும். குற்றங்களில் மிகப் பரவலாக அறிமுகமானவை கொள்ளையும் திருட்டும். பாலைநில ஆறலைக் கள்வர்கள் குறித்த செய்திகளைச் சங்க இலக்கியங்கள் குறிப்பிடுகின்றன. கொலையும் திருட்டும் மக்களால் வெறுக்கப்படுவன என்றாலும் இவற்றை மேற்கொள்ளும் அனைவரையும் அடித்தள மக்கள் வெறுத்தொதுக்குவதில்லை. இவ்வாறு அடித்தள மக்களால் வெறுத்தொதுக்கப்படாத கொள்ளை யர்களைக் 'கண்ணியமிகு கொள்ளையர்' (Noble Robbers) என்று ஹாப்ஸ்பாம் குறிப்பிடுவார். அவர்களின் இயல்பு களாக ஒன்பது கருத்துக்களை அவர் குறிப்பிடுவார். அவை வருமாறு:

1) சட்டத்தை மீறுபவனாகக் கண்ணியமிகு கொள்ளை யன் தன்னுடைய வாழ்க்கையை அமைத்துக்கொள் வதற்கு அவன் செய்த குற்றம் எதுவும் காரணமாக அமைவதில்லை. அநீதிக்குப் பலியாகியோ, அவனைச் சார்ந்த மக்களால் குற்றமாகக் கருதப்படாத ஒரு செயலை மேற்கொண்டதன்

                                        ஆ. சிவசுப்பிரமணியன்

விளைவாகவே, அதிகாரிகளால் அவன் தண்டிக்கப் படுகிறான்.

2) தவறுகளைச் சரி செய்கிறான்.

3) வளம் படைத்தவர்களிடமிருந்து பொருளைப் பறித்து வறியவர்களுக்கு வழங்குகிறான்.

4) தற்காப்பிற்காகவோ, பழிவாங்குவதற்காகவோ அன்றி யாரையும் கொல்வதில்லை.

5) அவன் உயிரோடிருந்தால் தன் மக்களிடம் மதிப்புடைய குடிமகனாகவும், அதன் உறுப்பினன் ஆகவும் திரும்பி வருகிறான். உண்மையில் அவன் தன் சமூகத்திடமிருந்து ஒருபோதும் விலகி நிற்பதில்லை.

6) அவனது சமூகத்தால் போற்றப்படுவதுடன் அச்சமூக மக்களின் உதவியும் ஆதரவும் அவனுக்குக் கிட்டுகிறது.

7) அவன் சார்ந்துள்ள சமூகத்தின் கண்ணியமான உறுப் பினர்கள் எவரும் அவனுக்கு எதிராக அதிகார வர்க்கத் திற்கு உதவி புரியமாட்டார்கள். இதன் காரணமாகப் பெரும்பாலும் நயவஞ்சகத்தின் மூலமாகவே அவன் கொல்லப்படுவான்.

8) கண்ணுக்குத் தெரியாதவனாகவும் யாராலும் ஊறு செய்ய முடியாதவனாகவும் அவனைக் கருதுவர்.

9) நீதியை விரும்பக்கூடிய அரசன் அல்லது பேரரசனுக்கு அவன் பகைவன் அல்லன். வட்டாரத்திலுள்ள நிலப் பிரபுக்கள், சமயக்குருக்கள் மற்றும் இதர சுரண்டல் காரர்களுக்கே அவன் விரோதியாக விளங்குவான்.

ஹாப்ஸ்பாமினுடைய இவ்வொன்பது வரையறைகளும் பெரும்பாலும் பொருந்திவரக்கூடிய ஒரு கொள்ளைக்காரன் செம்புலிங்கம் ஆவான். 'சமூகம் சார் கொள்ளையர்' (Social Bandits) என்ற அவரது வகைமைக்குள் அடங்குபவனாகவும் செம்புலிங்கம் காட்சியளிக்கிறான்.

20ஆவது நூற்றாண்டின் முதல் கால் பகுதியில் திருநெல்வேலி, கன்னியாகுமரி மாவட்டங்களில் மக்களால் பரப்பரப்பாகப் பேசப்பட்டு வாழ்ந்து மடிந்த செம்புலிங்கம் குறித்த வரலாறே 'சொக்கத்தங்கம் செம்புலிங்கம் – சமூகம் சார் கொள்ளையனின் சாகச வாழ்க்கை' என்ற தலைப்பில் பேராசிரியர் வெ.செந்திவேலு அவர்களால் எழுதப்பட்டு நூல் வடிவில் வந்துள்ளது. மக்களால் போற்றப்படும் தனி மனிதர்கள் குறித்த வரலாறுகளில் காலப் போக்கில் அதீதக் கற்பனைகள் கலந்துவிடுவது இயல்பான ஒன்று. இத்தகையோரைப் பற்றி வரலாறு எழுதும்போது வாய் மொழி வழக்காறுகளே முக்கியமான தரவுகளாக அமைகின்றன.

இத்தரவுகளில் கலந்திருக்கும் புனைவுத் தன்மைகளை நீக்கி விட்டால் ஓர் உண்மையான சித்திரம் கிடைக்கும். பேராசிரியர் வெ.செந்திவேலு இப்பணியைத் திறம்படச் செய்துள்ளார். இந்நூலின் 'அறிமுகம்' என்ற பகுதியின் இறுதியில் பொது மக்களும் போலீசாரும் கூறுவது போன்று செம்புலிங்கம் உண்மையிலேயே ஒரு திருடனா? கொள்ளைக் கூட்டத் தலைவனா? கொலைகாரனா? அல்லது அவன் மீது வீண்பழி சுமத்தி அவனைப் போலீசார் தேடிக்கொண்டிருக்கிறார்களா? என்ற சந்தேகங்கள் மீனாட்சிநாத பிள்ளை என்பவரின் மனதில் 20ஆம் நூற்றாண்டின் தொடக்கத்தில் தோன்றிய தாகக் குறிப்பிட்டு அச்சந்தேகங்களுக்கு விடைகாணும் வழி முறையாக இந்நூலை உருவாக்கியுள்ளார்.

செம்புலிங்கத்தின் இளமைப் பருவத்தையும் துரைவாப்பா, காசி என்னும் அவனது இரு நண்பர்கள் குறித்தும் அறிமுகப் படுத்திவிட்டு, குமரி மாவட்டம் கொட்டாரம் என்ற கிராமத்தில் நிகழ்ந்த கொள்ளையில் செம்புலிங்கம் ஈடுபட்ட காரணம், பின்னர் காவல்துறையிடம் சரணடைந்து, சிறையிலிருந்து தப்பி மேற்குத் தொடர்ச்சி மலைப்பகுதியில் மறைந்து வாழ்ந்தது, இக்கால கட்டத்தில் அவன் நிகழ்த்திய கொள்ளைகள், கொலைகள், ஏமி கார்மைக்கல் (காருண்யம் அம்மையார்) என்ற ஐரோப்பிய மிஷனரி அவனிடம் காட்டிய பரிவு, அவன் குழந்தைகள் மீது காட்டிய பாசம், இறுதியில் எதிரி களால் அவனது தோழன் காசி சுட்டுக் கொல்லப்பட்டமை ஆகியன இந்நூலில் இடம்பெற்றுள்ள முக்கியச் செய்திகள். செம்புலிங்கம் காவல்துறையினரால் சுட்டுக் கொல்லப்பட்ட தாகவே இதுவரை நம்பப்பட்டு வந்தது. ஆனால் கள ஆய்வில் சேகரித்த செய்திகளின் அடிப்படையில் தன் கழுத்தைக் கத்தியால் தானே அறுத்துக்கொண்டு செம்புலிங்கம் இறந்து போனதாக ஆசிரியர் குறிப்பிடுவது புதிய செய்தி.

Frank Houghton ஆங்கிலத்தில் எழுதிய *Amy Carmicheal of Dohnvur (1953)*, காவல்துறை ஆவணம் *(1925)* ஆகியன தவிர, இந்நூல் மிகப் பெரும்பாலும் கள ஆய்வில் சேகரித்த வாய்மொழித் தரவுகளையே முக்கியச் சான்றுகளாகக் கொண்டுள்ளது. இந்நூலைப் படித்து முடித்ததும் சில செய்திகளை விரிவாகக் கூறுவதைத் தவிர்த்து செம்புலிங்கத்தை மட்டுமே மையப் படுத்தி எழுதியிருந்தால் இந்நூல் சுருக்கமாக அமைந்திருக்கும் என்று தோன்றியது. ஆனால் யோசித்துப் பார்க்கையில் இந்நூலின் சிறப்பான இயல்பாக, இத்தன்மையைக் குறிப்பிடலாம் என்று தோன்றுகிறது. 1900ஆம் ஆண்டு தொடங்கி 1925ஆம் ஆண்டு முடிய உள்ள காலகட்டத்தில் திருநெல்வேலி மாவட்டத்தில் நிலவிய சமூக உறவுகள் தொடர்பான பல அரிய செய்திகள்

     ஆ. சிவசுப்பிரமணியன்

இந்நூலில் செம்புலிங்கத்தின் வரலாற்றோடு இணைந்து பதிவாகி யுள்ளன. இப்பதிவுகள் இந்நூலின் சிறப்பம்சம் என்று குறிப் பிடுவதில் தவறில்லை.

மருமக்கள் தாயமுறை, மக்கள் தாயமுறை இவை இரண் டிற்கும் இடையிலான முரண்பாடு குறித்த செய்திகள், 'மஹ்தவி' முஸ்லிம்கள் பணக்குடியில் நிலைபெற்ற வரலாறு, காவல்துறையின் சித்திரவதை முறைகள், ஆதிக்க ஜாதியினராக விளங்கிய பிராமணர்களும், வேளாளர்களும் செம்புலிங்கத்தை ஆதரித்த தற்கான உண்மையான காரணம், செம்புலிங்கத்தின் பெயரைச் சொல்லிப் பிறர் நிகழ்த்திய கொள்ளைகள், செம்புலிங்கத்தின் அனுதாபிகள்மீது போடப்பட்ட பொய் வழக்குகள் என்பன போன்ற பல செய்திகள் முக்கியச் சமூக வரலாற்றுத் தரவுகளாக அமைந்துள்ளன.

பெண்களுக்குச் சொத்துரிமை மறுக்கப்பட்ட நிலையில், தம் பெண் குழந்தைகளுக்குச் சொத்துக்களைக் கொடுக்க விரும்பியோர் அதன் பொருட்டு கிறித்தவ மதம் தழுவியதாக நூலாசிரியர் குறிப்பிடும் செய்தி, மதம் மாற்றத்திற்கான புதிய சமூகக் காரணம் ஒன்றை வெளிப்படுத்துகிறது. ஆண் பிள்ளை களைப் பெறாமல் பெண் பிள்ளைகளைப் பெற்றெடுத்த ஒருவரின் ஆயுட்காலத்திற்குப் பின்னர் அவரது சொத்துக்கள் அவரது சகோதரர் பையன்களுக்குச் சேரும். சகோதரர் இல்லையென்றால் சகோதரர் உறவுடைய பங்காளியின் ஆண் பிள்ளைகளுக்குச் சேரும்.

இதனால் வளம்படைத்த ஒருவர் தம் சொத்துக்களைத் தான் பெற்றெடுத்த பெண் பிள்ளைகளுக்குத் தர முடியாது. தம் சொத்துக்களை இழப்பதைத் தவிர்க்கும் வழிமுறையாகக் கிறித்தவர்களாக மதம் மாறியுள்ளார்கள். ஏனெனில் கிறித்தவப் பெண்களுக்கு ஆண் பிள்ளையைப் போல் குடும்பச் சொத்தில் உரிமையுண்டு. போகிற போக்கில் என்பதுபோல் ஆசிரியர் கூறும் இச்செய்தி மிக முக்கியமான சமூக வரலாற்று உண்மையை வெளிப்படுத்தி நிற்கிறது.

தம் மீது திணிக்கப்பட்ட பண்பாட்டு அடையாள மறுப்பு களுக்கு எதிராக ஒடுக்கப்பட்ட சாதியினர் நிகழ்த்திய போராட்ட வடிவங்களை, நமது மரபுவழி வரலாற்று அறிஞர்கள் அவ்வள வாகக் கண்டுகொள்வதில்லை. இந்நூலில் ஒரு வித்தியாசமான எதிர்க்குரலைக் காண்கிறோம். களக்காடு என்னும் ஊருக்கு அருகிலுள்ள, சாலை நயினார் பள்ளிவாசல் என்னும் ஊரைச் சேர்ந்தவர் ஸ்ரீ கிருஷ்ண பெருமாள் நாடார். இவர் சிங்கப்பூர், மலேசியா, இலங்கை போன்ற நாடுகளுக்குச் சென்று பொருளீட்டி வந்தவர். களக்காட்டில் இருந்து சேரன்மகாதேவி செல்வதற்காகப்

பேருந்து ஒன்றில் ஏறி அமர்ந்தார். எட்டு அல்லது பதினாறு இருக்கைகள் கொண்டதாக அப்போதையப் பேருந்துகள் விளங்கின. (இத்தகைய பேருந்து ஒன்றின் படத்தையும் நூலாசிரியர் வெளியிட்டுள்ளார்.) பேருந்தின் உரிமையாளரே ஓட்டுநராகவும் இருப்பார். பணம் கொடுத்தாலும் எல்லாச் சாதியினரையும் பேருந்தில் ஏற்றிக்கொள்வதில்லை. 'பஞ்சமர் கள் பஸ்ஸில் ஏறக்கூடாது' என்று பயணச்சீட்டில் அச்சிட்ட கொடுமையும்கூட நிலவியது. இத்தகைய சமுகச் சூழலில் ஸ்ரீ கிருஷ்ண பெருமாள் நாடார் பேருந்தில் ஏறி அமர்ந்திருந்தார். அதன் உரிமையாளர் அவர் யார் என்பதை அறிந்த உடன் இறக்கி விட்டுவிட்டார். ஏனெனில் அப்போது நாடார் சமுகத் தினர் மீதும் தீண்டாமைக் கொடுமை சுமத்தப்பட்டிருந்தது. இறக்கி விடப்பட்ட ஸ்ரீ கிருஷ்ண பெருமாள் நாடார் அன்றே மதுரை சென்று பதினாறு இருக்கைகள் கொண்ட பேருந்து ஒன்றை வாங்கி வந்து களக்காடு – சேரன்மகாதேவி தடத்தில் அதை இயக்கத் தொடங்கினார்.

இச்செய்தி, சாதிய ஆதிக்கத்திற்கு எதிரான போராட் டத்தின் ஒரு புதிய வடிவத்தை நமக்கு அறிமுகப்படுத்துகிறது.

இதுபோன்று நூலின் மையச் செய்தியான செம்புலிங்கத் தின் வரலாற்றை விட்டு விலகி ஆங்காங்கே ஆசிரியர் குறிப்பிடும் செய்திகள் செம்புலிங்கம் வாழ்ந்த காலத்தியச் சமுக நிலையினை நமக்கு உணர்த்துவதுடன் நம்மை அக்காலச் சூழலுக்கே அழைத்துச் சென்றுவிடுகின்றன. அத்துடன் திருநெல்வேலி மாவட்டத்தின் சமுக வரலாற்றையும், அடித்தள மக்களின் வாழ்க்கை நிலையையும் அறிய உதவும் ஆவணமாகவும் விளங்கு கின்றன.

செம்புலிங்கத்தை மையமாகக்கொண்டு எழுதப்பட்ட இந்நூல் மிகுந்த எச்சரிக்கை உணர்வுடன் எழுதப்பட்டுள்ளமை குறிப்பிட வேண்டிய ஒன்றாகும். செம்புலிங்கம் மீதான ஆசிரியரின் அணுகுமுறை அனுதாப உணர்வுடன் கூடியது. ஆனால் அவனை ஒரு புரட்சியாளனாகவோ கிளர்ச்சியாளனாகவோ, ஆசிரியர் அறிமுகப்படுத்தவில்லை. அவனது பலம் – பலவீனம் என்ற இரண்டையுமே நடுநிலையுடன் பதிவுசெய்துள்ளார்.

மேலும் சமுகச் சட்டங்களை, குறிப்பாகக் கொல்லாமை, திருடாமை போன்றவற்றை மீறுவதன் காரணமாக மட்டும் ஒருவன் வீரனாகிவிட முடியாது. ஆனால் இன்று ஊடகங்கள் இத்தகைய மரபு மீறுவோரை நம் காலத்து நாயகர்களாக வெளிச்சமிட்டுக் காட்டுகின்றன. அண்மைக்கால எடுத்துக்காட்டு சந்தனக்கடத்தல் வீரப்பன். அதே நேரத்தில் வீரப்பனைத் தேடுகிறோம் என்ற பெயரில் மலைப்பகுதியில் வாழ்ந்த பழங்குடி

                                      ஆ. சிவசுப்பிரமணியன்

களின் மீதும் கிராமப்புறக் குடியானவர்கள் மீதும் ஏவப்பட்ட 'அரசு வன்முறை' குறித்து வெகுசன ஊடகங்கள் மவுனம் சாதித்தன. பாலமுருகன் எழுதிய 'சோளகர் தொட்டி' என்ற நாவல்தான் அரசு வன்முறை குறித்த வரலாற்று ஆவணமாக விளங்குகிறது. விற்பனையதிகரிப்புக்கு உதவும் என்ற நோக்கில் கூலிப்படைத் தலைவர்களை மையமாகக்கொண்டு பரபரப்பான தொடர்கள் வெளிவருகின்றன. சராசரிக் கொள்ளையனுக்கும், சமூகம் சார் கொள்ளையனுக்கும் இடையிலான வேறுபாடுகளை இவர்கள் புரிந்துகொள்வதில்லை.

இத்தகைய தமிழ்ச் சூழலில் இந்நூலாசிரியர் ஒரு சமூகம் சார் கொள்ளையனின் தோற்றம், வளர்ச்சி, வீழ்ச்சி என்ற மூன்றையும் உணர்ச்சி வயப்படாமல் ஒரு சமூக விஞ்ஞானியின் கண்ணோட்டத்தில், தாம் முயன்று சேகரித்த வாய்மொழித் தரவுகளின் அடிப்படையில் நூலாக்கியுள்ளார்.

சமூகம் சார் கொள்ளையர், குடியானவச் சமுதாயத்தின் உள்ளக்கிடக்கையிலுள்ள எதிர்ப்பு உணர்வைப் பிரதிபலிக் கின்ற ஊமைச் செயல்பாட்டைத்தான் மேற்கொள்ள முடியும். வீரியமான புரட்சிப் போக்குத் தடத்திலுள்ள எதிர்ப்பை அக்கொள்ளையர் பிரதிபலித்துவிட முடியாது ... கொள்ளைக்கார வீரர்கள் சமத்துவம் மலரும் உலகை உண்டுபண்ணுவார்கள் என ஒருவரும் எதிர்பார்ப்பதற் கில்லை. ஒழுங்கீனங்களை வேண்டுமானால் அந்தக் கொள்ளைக்காரர் சரிப்படுத்திக்கொள்ளலாம். இதன் மூலம் சிற்சில சமயங்களில் அடக்குமுறையைப் புறங் காட்டச் செய்யலாம்; அவ்வளவே.

என்று பண்டையக் கலகக்காரர்கள் குறித்து ஹாப்ஸ்பாம் விமர்சிப்பார் அவரது இக்கூற்று தமிழ்நாட்டின் சமூகம் சார் கொள்ளையர்களுக்கும் பொருந்தும். தத்துவார்த்தத் தெளி வில்லாமல் நிகழ்த்தப்பட்டன என்ற ஒரு வரையறையை மட்டுமே வைத்துக்கொண்டு வரலாற்றில் இருந்து சமூகம் சார் கொள்ளை யரை முற்றிலும் புறந்தள்ளிவிட முடியாது. ஒருவகையில் பார்த்தால் படையெடுப்பு என்ற பெயரால் கொள்ளைகளை நிகழ்த்திய முடிதரித்த மன்னர்களைவிட இவர்கள் மேலான வர்கள். ஆனால் வரலாற்றில் அவர்களுக்குப் பல பக்கங்களை ஒதுக்கியவர்கள் சமூகம் சார் கொள்ளையரை முற்றிலும் புறக் கணித்துவிடுகின்றனர், அல்லது சிறுமைப்படுத்திவிடுகின்றனர். இத்தகைய நிலையில் 'சொக்கத்தங்கம் செம்புலிங்கம் – சமூகம் சார் கொள்ளையனின் சாகச வாழ்க்கை' என்ற இந்நூல் வெளிவருவது பாராட்டுதலுக்குரிய ஒன்று.

⚬ ஶ

நீடாமங்கலம் கொடுமை (1937)

அன்றையத் தஞ்சை மாவட்டத்தின் வட்டங்களுள் ஒன்று நீடாமங்கலம் (தற்போது திருவாரூர் மாவட்டம்). வெண்ணாற்றங்கரையில் தஞ்சை – திருவாரூர் சாலையில் இவ்வூர் அமைந்துள்ளது. இங்கிருந்து கும்பகோணத்திற்கு வலங்கைமான் வழியாகச் சாலையுண்டு. இவ்வாறு தஞ்சை, திருவாரூர், கும்பகோணம் என்ற மூன்று நகரங்களுக்கு இடையில் வளமான வயல்கள் சூழ அமைந்துள்ள இவ்வூரில், தென் தஞ்சை மாவட்டக் காங்கிரஸ் கட்சியின் எட்டாவது அரசியல் மாநாடு 1937 டிசம்பர் 28 ஆம் நாள் நிகழ்ந்தது. இம்மாநாட்டை இவ்வூரின் பிரபல நிலக்கிழாரும் அரிசி ஆலை அதிபருமான சந்தானராம சாமி உடையார் தம் பங்களாவின் தோட்டத்தில் நடத்தினார்.

இம்மாநாடு நடப்பதற்குச் சில ஆண்டுகளுக்கு முன்னர் இந்திய அரசியலில் நிகழ்ந்த சில முக்கிய நிகழ்வுகளை அறிந்து கொண்டு அவற்றின் பின்புலத்தில் இம்மாநாட்டு நிகழ்வுகளைப் பார்ப்பது பயனுடைய தாய் இருக்கும்.

1930 ஆம் ஆண்டில் சிவில் சட்டமறுப்பு இயக்கத்தைக் காந்தி நடத்தினார். அதன் தொடர்ச்சியாகத் தீண்டாமைக் கொடுமைக்கு ஆளாகியிருந்த மக்களுக்கு ஹரிஜன் என்ற பெயரைச் சூட்டியதுடன் தாம் நடத்திய பத்திரிகைக்கும் 'ஹரிஜன்' என்று பெயரிட்டார். காங்கிரஸின் வேலைத் திட்டங்களுள் ஒன்றாக, ஹரிஜன் முன்னேற்றம் இடம் பெற்றது.

1931 இல் இரண்டாம் வட்டமேசை மாநாடும், 1932 இல் மூன்றாம் வட்ட மேசை மாநாடும் நிகழ்ந்தன. மூன்றாம் வட்ட மேசை மாநாட்டில் கலந்துகொண்ட காந்தி,

    ஆ. சிவசுப்பிரமணியன்

தலித் மக்களுக்கான இரட்டை வாக்குரிமையை எதிர்த்ததுடன் உண்ணாவிரதத்தின் வாயிலாக அம்பேத்கரை நிர்ப்பந்தித்து 1932இல் புனே ஒப்பந்தத்தை உருவாக்கினார். தீண்டத்தகாத வர்களின் பாதுகாவலராகத் தம்மைத் தாமே காந்தி அறிவித்துக் கொண்டதுடன் தீண்டத்தகாதவர்களின் மேம்பாட்டிற்கான வேலைத்திட்டங்களை மேற்கொள்ளும் இயக்கம் என்ற தோற்றத்தைக் காங்கிரசுக்கு ஏற்படுத்தினார்.

இவ்வாறு தீண்டத்தகாதவர்களின் பாதுகாவலர்களாகக் காந்தியும், காங்கிரசும் காட்சி அளித்தன. இக்காலகட்டத்தில் தான் 1937 இந்திய ஆட்சி சட்டம் ஒன்று நடைமுறைப்படுத்தப் பட்டது. வரையறுக்கப்பட்ட ஆட்சிமுறையை இச்சட்டம் இந்தியர்களுக்கு வழங்கியது.

இத்தகைய வரலாற்றுச் சூழலில்தான் நீடாமங்கலம் ஊரில் தஞ்சை மாவட்டக் காங்கிரஸ் அரசியல் மாநாடு நடந்தது. இம்மாநாட்டில் நிகழ்ந்த அதிர்ச்சியான ஒரு நிகழ்வைக் குறித்து, பள்ளர் (மள்ளர்) சமூகத்தைச் சேர்ந்த தேவசகாயம் என்பவர் ஆற்றிய உரை 'குடியரசு' 30.01.1938 இதழில் பின் வருமாறு வெளியாகியுள்ளது:

நாங்கள் நீடாமங்கலம் காங்கிரஸ் கூட்டத்திற்கு வேடிக்கை பார்க்கப் போனோம். அங்கு எல்லோரும் சாப்பாட் டிற்குப் போகும் போது எங்களையும் கூப்பிட்டார் கள்; நாங்களும் சாப்பாட்டுக்குப் போனோம். பந்தியில் உட்கார்ந்து சாப்பிட்டுக் கொண்டிருக்கும் போது எங்களை சபாபதி உடையார் என்பவர் வந்து தலைமயிரைப் பிடித்து இழுத்து ஏண்டா பள்ளப் பயல்களா! உங்களுக்கு இவ்வளவு ஆணவமா, இந்தக் கூட்டத்தில் வந்து உட்கார்ந்து சாப்பிடலாமா என விறகுக்கட்டை யால் அடித்தார்கள். அடி பொறுக்கமாட்டாமல் சிலர் ஓடி ஆற்றில் விழுந்து அக்கரைக்குப் போய்விட்டார்கள். நாங்கள் சிலர் அடிபட்டு விட்டு வீட்டுக்குப் போய் விட்டோம். மறுநாள் நாங்கள் வயலில் அறுவடை அறுத்துக் கொண்டிருக்கும்போது "கூட்டத்தில் பந்தியில் உட்கார்ந்து சாப்பிட்டது யார், அவர்களை கொண்டு வா" என்று கிருஷ்ணமூர்த்தி அய்யர் வந்து சொன்னார். நான் போனேன். அப்போது அய்யர், "அவனை சும்மா கொண்டு வருகிறாயா அடி படவாவே" என்று சொன்னார். தலையாரி மாணிக்கம் தடிக்கம்பால் அடித்துக்கொண்டு வந்தார். அடி பொறுக்கமாட்டால் ஓட ஆரம்பித்தேன். என்னைப் பிடித்துக் கொண்டு வந்து விளாமரத்தில் கட்டிவைத்து மறுபடி 10அடி தடிக்கம்பால் அடித்தார்.

நாட்டாமைக்கார அடைக்கலம், நாட்டாமை ராமன் ஆகியவர்களை அய்யர் கூப்பிட்டு இவனை அவிழ்த்துக் கொண்டு போய் மொட்டை அடித்து சாணியை ஊத்தி விடு என்று சொன்னார். அந்த பிரகாரம் பரியாரி கதிர்வேல் மகன் ஆறுமுகம் மொட்டை அடித்தார். தலையாரி மாணிக்கம் சாணி ஊத்தினார். பிறகு நான் தலை முழுகிவிட்டு வீட்டுக்குப் போய் விட்டேன்.

நாலு நாள் சென்ற பிறகு எங்களைப் பற்றி ஏதோ பேப்பரில் வெளிவந்ததாக நாட்டாமைக்கார அடைக்கலம், நாட்டாமைக்கார ராமன் ஆகியவர்கள் வந்து என்னையும் கதிர்வேல் மகன் ஆறுமுகம், பட்டி அருளானந்தம் மகன் சூசை ஆகியவர்களையும் ஆத்துக்கு அக்கரை புறமாக அய்யர் கூப்பிடுவதாக கூட்டிக் கொண்டு போனார்கள். உடையார் பங்களாவைச் சேர்ந்த வாழைக் கொல்லையில் எங்கள் மூன்று பேரையும் வைத்து போட்டோ படம் பிடித்தார்கள். அதன் பிறகு பங்களாவுக்கு கூட்டி வந்து எழுதாத காகிதத்தில் ஒவ்வொருவரிடமும் ஆறு கையெழுத்து வாங்கினார்கள். ஏதோ எழுதின காகிதம் சிலவற்றில் கையெழுத்து போட்ட பிறகு அய்யர் எங்களுக்கு மொத்தமாக 14 அணா கொடுத்தார். பிறகு உடையார் 1 – ரூபாய் கொடுத்து, போய் கள்ளுக் குடித்து விட்டு வீட்டில்படுத்துக் கொள்ளுங்கள். யார் கூப்பிட்டாலும் போகாதீர்கள். எந்தவிதமான கை யெழுத்தும் போடாதீர்கள், வீடு போய் சேருங்கள் என்று சொன்னார். நாங்கள் போய்விட்டோம். எங்களுக்கு ஆளுக்கு 0 – 4 – 3 அணா வந்தது.

மொட்டையடிக்கும் பணியைச் செய்த தலித்துகளின் நாவிதர் ஆறுமுகம் 'விடுதலை' இதழுக்கு எழுதிய கடிதம் 'விடுதலை' இதழில் வெளியாகியுள்ளது. அது வருமாறு:

நீடாமங்கலம் அரசியல் மாநாட்டில் சமபந்தி போஜனத்தில் கலந்து கொண்டதற்காக என்னையும் என்னுடன் சேர்ந்த சுமார் 15, 20 பேர்களையும் தலை மயிரை மொட்டையடிக்கும்படி, அருமந்தாபுரம் பண்ணை ஏஜண்டு கிருஷ்ணமூர்த்தி அய்யர் சொல்லியபடி நான் தான் எல்லோருக்கும் தலை மயிரை மொட்டை யடித்தேன். எனக்கும் மொட்டையடிக்க வேண்டு மென்று சொன்னபொழுது என் தகப்பனார், அய்யர் முன் விழுந்து, "என் மகனுக்குக் கல்யாணம் பேசியிருக்குது. அவன் மயிரை மட்டும் மொட்டையடிக்க வேண்டாம்" என்று கெஞ்சினார். என் தலைமயிரைக் கொஞ்சமாவது

                                        ஆ. சிவசுப்பிரமணியன்

முன்னும் பின்னும் எடுக்கும்படி என் தகப்பனரிடம் சொன்னார். என் தகப்பன் எனக்கு முன்னும் பின்னும் தலைமயிரைச் சிரைத்தார். நான் மொட்டையடித்த சுமார் 20 பேர்களில் எனக்கு ஞாபகமுள்ளவர்கள் பெயர்கள் வருமாறு:

தேவசகாயம், செல்வம், துளசி, ராமையன், கூத்தன், செங்கோல், சின்னப்பன், எஸ். ஆரோக்கியம், செல்வ ஆரோக்கியம், சூசை மாணிக்கம், கோபாலன், வீரைய்யன், சாமியப்பன், பொ.ரெத்தினம், தங்க முத்து, ஆறுமுகம் – எனக்கு மட்டும் கொஞ்சம் முன்னும் பின்னும் என் தகப்பன் மயிரைச் சிரைத்தார்.

மற்றும் இருவருக்கு அதாவது சின்னப்பன் தங்கமுத்து ஆகியவருக்குக் கல்யாணமாக வேண்டியிருந்ததால் அவர்கள் கேட்டுக் கொண்டதால் கொஞ்சம் கொஞ்சம் சிரைத்தேன். இவைகள் முற்றும் உண்மையாகும். நீடா மங்கலம் சந்தான ராமசாமி உடையார் பண்ணையில் எடுக்கப்பட்ட போட்டோ படத்தில் நானும் நிற்கிறேன். என்னையும் மிரட்டி வெள்ளை பேப்பரில் கையெழுத்து வாங்கிக் கொண்டு நேரே சேரிக்குப் போகும்படி எச்சரித்து எங்கட்கு 0–14 –0 கொடுத்து அனுப்பிய பொழுது சந்தான ராமசாமி உடையாரும் எங்கட்கு ரூ.1 –0–0 அணா கொடுத்து வேறு யார் கூப்பிட்டாலும் போகாமல் நடந்தவற்றைப் பிறருக்குச் சொல்லாமல் நேரே சேரிக்குப் போகச் சொன்னார். நாங்கள் நேரே சேரிக்குப் போனோம்.

காங்கிரஸ் கட்சியின் சமபந்தி வேடம் நீடாமங்கலம் நிகழ்வினால் கலைந்தது. அன்றையக் காலகட்டத்தில் காங்கிரஸின் ஊதுக்குழலாகச் செயல்பட்டு வந்த 'தினமணி' நாளிதழ் இப்படி ஒரு சம்பவமே நிகழவில்லையென்று எழுதியது. (இதன் தொடர்ச்சியாகத்தான் கீழவெண்மணிப் படுகொலையை ஆதரித்துத் தலையங்கம் எழுதியது) பாதிக்கப்பட்ட தலித் தோழர்களை வழக்குத் தொடுக்கும்படி பெரியார் கூறியதுடன், அதற்கான முழு முயற்சியையும் எடுத்தார்.

உடையார் சமுகத்தைச் சார்ந்தவரும், சுயமரியாதை இயக்கத் தலைவர்களுள் ஒருவரும், வழக்கறிஞருமான சர்.ஏ.டி பன்னீர் செல்வம் பாதிக்கப்பட்டவர்களின் சார்பில் வழக்குத் தொடுத்தார். வழக்கு நடந்துகொண்டிருக்கும்போது, வழக்குத் தொடுத்தவர் களை அச்சுறுத்தி வழக்கு நீர்த்துப் போகும்படி செய்துவிட்டனர். இது, அன்றைய சூழலில் தவிர்க்க முடியாத ஒன்றுதான். ஏனெனில், இந்நிகழ்வு நிகழ்ந்த காலகட்டத்தில் தஞ்சை

மாவட்டத்தில் நிலக்கிழார்களின் அதிகாரம் வரைமுறை யின்றி நிலவியது.

காங்கிரஸ் மாநாட்டை நடத்திய நிலக்கிழார்கள் குதிரை வண்டியிலோ, மாட்டு வண்டியிலோ பயணிக்கும் பொழுது யாரும் குறுக்கே வரக்கூடாது என்ற நிலை நிலவியது. அவ்வாறு வந்தவர்கள் அடிக்கப்படுவது மிகச் சாதாரண செயலாக வழக்கிலிருந்தது. சாணிப்பால் புகட்டுதல், சவுக்கால் அடித்தல் என்பன அன்றையத் தஞ்சை மாவட்டக் கிராமங்களில் பரவலாக வழக்கில் இருந்தது. இத்தகைய சமூகச்சூழலில் மொட்டை அடிக்கப்பட்ட தலித் மக்கள் ஒரு கட்டத்திற்கு மேல் வழக்கைத் தொடர்ந்து நடத்த முடியாத நிலைக்குத் தள்ளப்பட்டதில் வியப்பில்லை என்றாலும் நீடாமங்கலம் கொடூரம் சில உண்மைகளை வெளிப்படுத்தியது.

- காங்கிரஸ், பேசிய 'சமபந்தி போசனம்' அதன் தலைவர் களால் மதிக்கப்படவில்லை.

- சமபந்தியில் கலந்துகொண்டவர்கள் காங்கிரஸ்காரர் களால் மிக மோசமான முறையில் அவமானப்படுத்தப் பட்டார்கள்.

- அன்றைய சென்னை மாநிலத்தில் ஆட்சிபுரிந்த இராஜராஜியின் தலைமையிலான காங்கிரஸ் அரசு இந்நிகழ்வைக் கண்டுகொள்ளவே இல்லை.

சுயமரியாதை இயக்கம் இந்நிகழ்வைத் தனது 'விடுதலை' நாளிதழ் வாயிலாகவும் 'குடியரசு' வார இதழின் வாயிலாகவும் தமிழ் மக்களுக்கு உணர்த்தியது, பாதிக்கப்பட்டவர்களின் புகைப்படத்தையும் வெளியிட்டது.

தஞ்சை மாவட்டத் தாழ்த்தப்பட்ட மக்களின் இந்நிலை குறித்து 'குடியரசு' இதழில் (30.1.1938) வெளியான பின்வரும் செய்தி துணை நிற்கிறது:

தஞ்சை ஜில்லாவில் ஆதிதிராவிடர்கள் நிலைமை பழைய கால; அடிமைத்தன்மையே ஆகும். அங்குள்ள நிலங்களில் உள்ள மரங்கள் எப்படி அந்த நிலக்காரனுக்குச் சொந்தமோ அதுபோலவும் அந்த நிலம் விற்கப்பட்டால் எப்படி மரமும் வாங்கினவனுக்குச் சேருமோ அது போலவும் ஒவ்வொரு நிலத்துக்கும் சில ஆதிதிராவிட மக்கள் அடிமை களாக இருந்து பூமி கைமாறியவுடன் அவர்களும் கூடவே பூமியை விலைக்கு வாங்கினவனுக்கு அடிமையாவது இன்றும் வழக்கம்.

ஆ. சிவசுப்பிரமணியன்

அந்த ஆதிதிராவிடன் அந்த வயல் நிலத்தில் வயல் காரனுடைய கருணையால் குடியிருக்க வேண்டிய வனாவான். நந்தன் கதையில் உள்ளது போல் அந்தந்த வயலுக்கு அங்கங்கிருக்கும் ஆதிதிராவிடனே பரம்பரைப் பண்ணை ஆளாக இருக்க வேண்டியவனாவான். அவனுடைய சகல சுதந்திரமும் வாழ்வும் மிராசுதாரர் என்று அழைக்கப்படுகிற பூமிக்குடையவனைச் சேர்ந்த தாகும். பூமிக்குடையவன் அவனை அடித்தாலும் உதைத் தாலும் வேறு என்ன கொடுமை செய்தாலும் கேட்பதற்கு யாருக்கும் உரிமை கிடையாது.

அந்த மிராசுதாரன் மீது பிராது செய்யவும் எவனும் துணியமாட்டான். அப்படி ஏதாவது பிராது செய்து விட்டால் அவனுக்கு வேறு போக்கிடம் கிடையாது. அப்படிப்பட்டவன் குடியிருக்க இடமில்லாமலும் சாப் பாட்டுக்கு வகை இல்லாமலும் பட்டினி கிடந்து தெருவில் செத்துக்கிடக்க வேண்டியதால். வேறு மிராசுதாரன் இதற்குச் சிபார்சுக்கு வரவோ ஆதரிக்கவோ ஆரம்பித்தால் பிறகு அவனது அடிமையை அவன் மீது ஏவி விட்டு விடுவார்கள்.

ஆதலால் மிராசுதார் கொடுமைக்கு ஆளாக இஷ்டப் படவில்லையானால் ஓர் ஆதிதிராவிடன் மலாய் நாட் டுக்கோ, மோரீஷிக்கோ ஓட வேண்டியதுதானே, தவிர அவனுக்கு அந்நாட்டில் போக்கிடம் கிடையாது. ஆதலால் அங்கு ஆதிதிராவிடர்கள் மிருகங்களிலும் கேவலமாகக் கருதப்படுகிறார்கள்.

சுயமரியாதை இயக்கம் பாதிக்கப்பட்டவர்களை வெளியூர் களுக்கு அழைத்துச் சென்று, கூட்டங்களில் பேச வைத்ததன் வாயிலாகப் பொது மக்களிடம் இக்கொடூர நிகழ்வைக் கொண்டு சென்றது.

நிலக்கிழார் தமது சாதியைச் சேர்ந்தவராக இருந்தாலும் சர். ஏ.டி. பன்னீர் செல்வம் அவருக்கெதிராக ஒடுக்கப்பட்ட மக்களின் சார்பில் வாதாடியுள்ளார்.

காங்கிரஸ் அமைச்சரவையின் அமைச்சராகவும், சட்டமன்ற உறுப்பினர்களாகவும் இருந்த ஆதிதிராவிடர்கள் இந்நிகழ்வைக் கண்டுகொள்ளவில்லை. காங்கிரஸ் கட்சியின் கட்டுப்பாடு (!) இதற்குக் காரணமாக இருந்திருக்கலாம்.

ஆதிதிராவிட வகுப்பைச் சேர்ந்த முனுசாமி பிள்ளை என்ற மந்திரி திருநெல்வேலியில் பேசும் போது, "நீடாமங்கலம் சேதி பொய்யென்றும் அயோக்கியத்தனமான விஷமப் பிரசார

மென்றும்" பேசியதை 'குடியரசு' (30.1.1938) இதழ் 'நீடாமங்கல உண்மை' என்ற தலையங்கத்தில், 'ஆதிதிராவிடர்களுக்கு யோக்கியமான பிரதிநிதியா?' என்ற கேள்வியை எழுப்பி யிருந்தது. அதே தலையங்கத்தில், 'பொறுப்புள்ள ஆதிதிராவிட சமூகப் பிரமுகர்களுங்கூட இவ்விஷயத்துக்காகத் துக்கப்படாமல் பரிகாரம் தேட முயற்சிக்காமல் எதிரிகளுடன் சேர்ந்துகொண்டு அடியோடு மறைக்க ஆசைப்படுவது மிக மிக வெறுக்கத்தக்கதும் கண்டிக்கத்தக்கதுமான செய்கையாகும்' என்று எழுதியது.

தமிழகத்தில் நிகழ்ந்த பண்பாட்டு ஒடுக்குமுறையில் நீடாமங் கலம் நிகழ்வும் ஒன்றாக இடம்பெறுகிறது. தமிழ் நாட்டில் நிகழ்ந்த பல்வேறு பண்பாட்டு ஒடுக்குமுறைகளும் போராட்டங் களும் இருட்டடிப்புச் செய்யப்பட்டது போல் நீடாமங்கலம் நிகழ்வு இருட்டடிப்புச் செய்யப்பட்டுள்ளது. இத்தகைய நிகழ்வுகள் ஒவ்வொரு வட்டாரத்திலும் ஏதேனும் ஒரு வகையில் நிகழ்ந் திருக்கும் என்பது ஐயமில்லை. இவற்றையெல்லாம் சேகரித்துத் தொகுத்தால் தமிழ்ச் சமூகம் கடந்து வந்த பாதையைத் தெளிவாக அறிந்துகொள்ள முடியும்.

ஒ ஜ

                    ஆ. சிவசுப்பிரமணியன்

ஈரோட்டில் பொதுக்கூட்டம்.

இ. வெ. ரா. முதலியவர்கள் சொற்பொழிவு.

மொட்டையடிக்கப்பட்ட தேவசகாயம்

செந்துண்டு – முத்திரை
மரக்கால் – செங்கொடி

சராசரித் தமிழரின் அன்றாடப் பயன்பாட்டில் தவிர்க்க முடியாத இடம்பெறும் ஆடை: 'துண்டு'. இதன் பயன்பாடுகள் பலவகைப்படும். குளித்து முடித்தபின் தலைதுவட்ட மட்டும் துண்டு பயன்படுவதில்லை. தலைப் பாகையாக, தலையில் கட்டி வெயில் மற்றும் குளிரிலிருந்து பாதுகாத்துக் கொள்கிறோம். பொது நீர்நிலைகளில் இதை இடுப்பில் கட்டிக்கொண்டு நீராடுகிறார்கள். நீர்நிலைகளில் குளித்த பின்னர் இடுப்பளவு நீரில் நின்றவாறு துண்டை அவிழ்த்துப் பிழிந்து, அதைக் கொண்டு தலையைத் துவர்த்தி உடலையும் துடைத்து விட்டு மீண்டும் அதை இடுப்பில் கட்டி லாவகமாக நீரிலிருந்து எழுந்து வருவது சிலருக்குக் கைவந்த கலை. சட்டை அணியாதபோது உடலை மறைத்துக்கொள்ளவும். சட்டை அணிந்த பின்னர் ஒழுங்காக மடித்துத் தோளில் போட்டுக்கொள்ளவும் துண்டு பயன்படுத்தப்படுகிறது.

தலைச் சுமையாகப் பொருட்களைச் சுமந்து செல்லும் போது, தலையில் சுமை அழுத்தி வலி ஏற்படுவதைத் தவிர்க்க, துண்டைச் சுருட்டி வைத்துச் சும்மாடாகப் பயன்படுத்துவதும் உண்டு. மடித்து அல்லது சுருட்டி, தலையணையாகவும், அமரும் முன்னர் தூசியைத் தட்டி விடவும், உறங்கும் போது விரிப்பாகவும், குளிரும்போது போர்வையாகவும் பயன்படுத்தப்படுகிறது.

இறப்பு வீட்டில் 'நீர்மாலை' என்ற சடங்கின் போது துண்டின் நான்கு முனைகளையும் முனைக்கு ஒருவராக நால்வர் உயரே பிடித்துக்கொள்ள, அதன் கீழ் நீர்க் கெண்டியைச் சுமந்துவரும் வழக்கம் தென்மாவட்டங் களில் உண்டு. அன்றாடம் சமைக்க அரிசி வாங்குபவர்கள்

                                               ஆ. சிவசுப்பிரமணியன்

துண்டின் ஒரு முனையில் அரிசியைக் கொட்டி முடிச்சுப் போட்டு, சிறு பொட்டணமாக எடுத்து வருவதுண்டு.

இவை எல்லாம் துண்டின் பயன்பாடுகள். ஆனால் இவற்றைத் தவிர ஆதிக்கத்தின் குறியீடாகவும், அடங்கிப் போவதன் அடையாளமாகவும் துண்டு அமைந்துள்ளது. தெய்வத்தின் முன்னர், தான் தாழ்ந்தவன் என்பதை வெளிப் படுத்தும் வகையில், கோவிலுக்குள் செல்லும்போது துண்டைத் தலைப்பாகையாகக் கட்டிக்கொண்டோ, தோளில் போட்டுக் கொண்டோ செல்வதில்லை. இடுப்பில் கட்டிக்கொண்டுதான் செல்வார்கள். துண்டை இடுப்பில் கட்டிக்கொள்வது பணிவின் அடையாளமாக அமைகிறது.

ஆனால் கோவிலுக்கு வெளியேயும், தம் முன்னால் ஒடுக்கப் பட்ட மக்கள் துண்டை இடுப்பில் கட்டிக்கொண்டுதான் வரவேண்டும் என்ற எழுதப்படாத சட்டத்தை ஆதிக்க வகுப்பினர் உருவாக்கியிருந்தனர். ஆதிக்கத்தின் அடையாளமாக இவ்விதி முறை அமைய, இதை ஏற்றுக்கொள்வது அடிமைத்தனத்தின் அடையாளமாக அமைந்தது. நடந்து செல்லும்போது ஆதிக்க வகுப்பினர் எதிரே வந்தால் துண்டைச் சுருட்டிக் கக்கத்தில் வைத்துக்கொள்வதும், முன்கையில் மடித்துத் தொங்க விடுவதும் ஒடுக்கப்பட்ட சாதியினர் மேற்கொள்ள வேண்டிய பிற நடை முறைகளாக அமைந்தன.

கூலி பெறும்போதும் ஊர்க்கோவில்களில் பிரசாதப் பொருளைப் பெறும்போதும் துண்டை விரித்துக்காட்ட, ஆதிக்க வகுப்பினர் அதில் காசை எறிவார்கள் அல்லது தானியத்தைப் போடுவார்கள் (பெண்கள் முந்தானையின் முனையை விரித்துப் பெற்றுக்கொள்வார்கள்). புழங்கு பொருளான துண்டு, வெறும் புழங்குபொருளாக மட்டும் அமையாமல், மேட்டிமையோரின் பண்பாட்டு மேலாண்மையை (Cultural hegemony) ஏற்றுக் கொள்வதன் அடையாளமாகவும் ஆகிப்போனது.

கலைஞர்களும்கூட, துண்டை இடுப்பில் கட்டிக்கொள்ளும் படி வற்புறுத்தப்பட்டனர். ஆங்கில ஆட்சியின்போது செட்டி நாட்டுப் பகுதி கானாடு காத்தான் என்ற ஊரில் 1924ஆம் ஆண்டில் நிகழ்ந்த ஒரு திருமணத்திற்கு, நாயனம் வாசிக்க சிவக்கொழுந்து என்ற நாயனக் கலைஞர் ஒருவரை நகரத்தார் வகுப்பைச் சார்ந்த செல்வந்தர் ஒருவர் ஏற்பாடு செய்திருந்தார். தம் தோளில் துண்டை மடித்துப் போட்டிருந்த நிலையில் அவர் வாசித்துக்கொண்டிருந்தார். தோளில் இருக்கும் துண்டை இடுப்பில் கட்டிக்கொண்டு வாசிக்கும்படி திருமண வீட்டார் வற்புறுத்தினர். நாயனக் கலைஞர் அதை ஏற்க மறுத்தார். வாசிப்பை நிறுத்திவிட்டு வெளியேறவும் துணிந்தார். தற்செயலாக

அங்கு தங்கியிருந்த பெரியார், நாயனக் கலைஞரை அழைத்து வந்துவிடுவதாக அச்சுறுத்தினார். வேறுவழியின்றி தோளில் துண்டு அணிந்த நிலையிலேயே வாசிக்கும்படி விட்டுவிட்டனர்.

◯ ◯ ◯

புன்செய் வேளாண்மையிலும், நன்செய் வேளாண்மை யிலும் ஈடுபட்டிருந்த சங்ககாலத் தமிழர்கள், அவற்றை அளக்க முகத்தலளவைக் கருவிகளைப் பயன்படுத்தியுள்ளனர். 'அம்பணம்' என்ற அளவுக் கருவியைப் பதிற்றுப்பத்து குறிப்பிடுகிறது. இதை 'மரக்கால்' என்று உரையாசிரியர் குறிப்பிடுகிறார். மதுரைநகரின் கடை வீதிகளில் 'அம்பணம்' ஏந்தித் திரிந்தவர்களைச் சிலப்பதி காரம் (25 : 208) குறிப்பிடுகிறது. 'உண்பது நாழி' என்ற நக்கீரர் கூற்றால் (புறநானூறு 189:) நாழி என்ற அளவுக் கருவி நடை முறையில் இருந்ததை அறிய முடிகிறது.

முதலாம் இராசராசன் ஆட்சியில் மரக்கால்களுக்குப் பெயரிடப்பட்டிருக்கிறது. கோவில்களில் பயன்படுத்தப்பட்ட மரக்கால் 'ஆடவல்லான்' என்றும், அரண்மனையில் பயன் படுத்தப்பட்ட மரக்கால் 'இராசகேசரி', 'அருண்மொழித்தேவன்' என்றும் அழைக்கப்பட்டன. இவையெல்லாம் நமது நாகரீக வரலாற்றின் தொன்மைக்கு ஆதாரங்கள்.

அதே நேரத்தில் இத்தகைய அளவுக் கருவிகளுக்குப் பின்னால் சுரண்டலும் ஒளிந்திருந்தது.

யார் யாருக்கு மக்கட்பேறு வாய்க்கப் பெறாது என்று பட்டியலிடும் நாட்டார் பாடலொன்றில் 'குறை மரக்கால் அளந்தவர்கள்' என்று குறிப்பிடப்பட்டுள்ளது. கரிசல் நிலப் பகுதியில் வழங்கிய பாடலொன்று,

> முக்காப்புடிக் கேப்பைக்காக (கேழ்வரகு)
> முந்தியிருந்து வாடுறானே
> ஐயா முதலாளி – நீங்க
> அளக்கறது பொட்ட நாழி

என்கிறது. நன்செய் நிலங்களுக்கு உரிமையாளர்களாயிருந்த பெரும் நில முதலைகளும், மடாதிபதிகளும் தம் நிலங்களைப் பயிரிட்டு வந்த குத்தகைதாரர்களிடம் இருந்து தம் பங்கை வாங்குவதற்கும், கூலியாட்களுக்குக் கூலி கொடுப்பதற்கும் இரு வேறு அளவுக் கருவிகளைப் பயன்படுத்தி வந்தனர்.

நிலக்குத்தகையாக நில உரிமையாளர்க்குரிய தானியத்தை அளக்கப் பயன்படுத்திய மரக்கால் அதிகமாகத் தானியம் பிடிக்கும் தன்மையதாகவும், விவசாயத் தொழிலாளர்களுக்குக் கூலியாகத் தானியத்தை அளக்கும் மரக்கால் குறைவாகத்

     ஆ. சிவசுப்பிரமணியன்

தானியம் பிடிப்பதாகவும் இருந்தது. இவை முறையே **தொம்பரை மரக்கால்** என்றும், **முக்கா மரக்கால்** என்றும் தஞ்சை மாவட்ட விவசாயிகளால் அழைக்கப்பட்டன (வாய்மைநாதன், 1998 : 83). தென்மாவட்டங்களில் 'கள்ள மரக்கால்' என்று பொதுவாக அழைத்தனர்.

களத்துமேட்டு நெல்லுக்கு மாற்றாகப் பொருட்களைத் தரும் வியாபாரிகளும் தொம்பரை மரக்காலையே பயன் படுத்தினர். அரசாங்கம் வரையறுத்திருந்த அளவுக்கருவி குத்தகை விவசாயிகளுக்கும், வேளாண் தொழிலாளர்களுக்கும் எட்டாக் கனியாக இருந்தது. அதை ஆங்கில அரசும் கண்டுகொள்ள வில்லை. விடுதலைக்குப் பின்வந்த காங்கிரஸ் ஆட்சியும் கண்டு கொள்ளவில்லை.

காங்கிரஸ்காரரான டி. எஸ். சொக்கலிங்கம் தாம் நடத்திய 'தினசரி' என்ற நாளேட்டில் 'தஞ்சை ஜில்லா தொல்லை' என்ற தலைப்பில் தொடர் ஒன்றை 1948 ஜூலை மாதம் வெளியிட்டு வந்துள்ளார். இத்தொடரின் நான்காவது பகுதியில் (வெளியூர் பதிப்பு 1948 ஜூலை 7, பக். 3) 'ஹரிஜனங்கள் படும்பாடு' என்ற உபதலைப்பில் சில செய்திகளை எழுதி யுள்ளார். அதில்,

> "எங்களுடைய உழைப்பினாலே கிடைத்த வெண்ணெ யையும், பாலையும் குடித்துவிட்டு 4 கலத்தை 2 கலம் என்று அளந்து எடுத்துக்கொண்டு போகும் அந்த ஆண்டை போன மாசமே இறந்து போய் விட்டார்" என்று, யாரோ ஒரு மிராசுதாரைக் குறிப்பிட்டு ஒரு ஹரிஜன் என்னிடம் பேச்சு வாக்கில் கூறினார். தங்களை நசுக்குபவர்கள் சாவில்கூட திருப்தியடையக் கூடிய அளவுக்கு வெறுப்பு தோன்றியிருக்கிறது.

என்ற செய்தி இடம் பெற்றுள்ளது. கள்ளமரக்கால் குறித்து காங்கிரஸ் அரசு கவலைப்படவில்லை என்பதை அழுத்தமான காங்கிரஸ்காரரான டி.எஸ். சொக்கலிங்கத்தின் 'தினசரி' இதழில் வெளியான இச்செய்தியால் அறிய முடிகிறது.

○ ○ ○

இவ்வாறு சராசரித் தமிழனின் ஆடை வகையில் ஒன்றான துண்டு அணிவது தொடர்பான கட்டுப்பாடுகள் பண்பாட்டு ஆதிக்கத்தின் வெளிப்பாடாகவும், நில உடைமையாளர்கள் பயன்படுத்திய 'கள்ள மரக்கால்' பொருளாதாரச் சுரண்டலின் வடிவங்களில் ஒன்றாகவும் காட்சியளித்தன. இவையிரண்டும் தனித்தனியாகக் காட்சியளித்தாலும் ஒன்றுடன் ஒன்று நெருக்க மானவை.

பண்பாட்டு ஆதிக்கம், அதற்கு ஆளாகும் மனிதனிடம் தாழ்வுணர்ச்சியைத் தோற்றுவித்து, பொருளாதாரச் சுரண்டலை எதிர்க்கும் ஆற்றல் தனக்குக் கிடையாது என்ற எண்ணத்தை உருவாக்கும். அத்துடன் கொடுமைகளை ஏற்றுக்கொள்ளும் சமூக ஒப்புதலாக அமைந்துவிடும்.

அதே நேரத்தில் பண்பாட்டு ஒடுக்குமுறைக்கு எதிரான போராட்டங்களை மட்டுமே அடிப்படை நோக்கமாகக் கொண்டால், பொருளாதாரச் சுரண்டலுக்கு எதிரான போராட் டங்களைப் புறந்தள்ளி, மறைமுகமாகச் சுரண்டல் வாதி களுக்குத் துணைநிற்கும். முழுமையான சமூக மாறுதலுக்கான போராட்டத்தில் இவை இரண்டும் இணைக்கப்படுவது அவசியம்.

இப்பணியை, நடைமுறை அரசியலை மட்டுமே கணக்கில் எடுத்துக்கொள்ளாத, தொலைநோக்குடைய, தெளிவான முற்போக்கான சித்தாந்தச் சார்புடைய அரசியல் இயக்கத் தினால் மட்டுமே மேற்கொள்ள முடியும். தமிழ்நாட்டில் இந்தியக் கம்யூனிஸ்ட் கட்சியின் அரசியல் என்பது மேற்கூறிய இரண்டு போராட்டங்களையும் உள்ளடக்கியதாக அமைந்தது.

தமிழ்நாட்டில் 1931இன் பிற்பகுதியிலும், 1932இன் நடுப் பகுதியிலும், 1934 முதல் 1936 வரை உள்ள காலகட்டத்திலும் இந்தியக் கம்யூனிஸ்ட் கட்சி ஒரு அமைப்பாக உருவாகியது. 1934இல் இந்தியக் கம்யூனிஸ்ட் கட்சி தடை செய்யப்பட்டது. ஆனால் அதன் உறுப்பினர்களின் செயல்பாட்டைத் தடை செய்ய இயலவில்லை. காங்கிரஸ் கட்சிக்குள் செயல்பட்டு வந்த காங்கிரஸ் சோசலிஸ்ட் கட்சிக்குள் இணைந்து செயல் பட்டனர். இதன் வளர்ச்சி நிலையாக, தமிழ்நாடு காங்கிரஸ் சோசலிஸ்ட் கட்சியின் முதல் மாநாடு 1936இல் நடந்தபோது, தோழர் ஜீவா பொதுச் செயலாளராகவும், கட்சியின் கூட்டுச் செயலாளர்களில் ஒருவராக சீனிவாசராவும் தேர்ந்தெடுக்கப் பட்டனர்.

இதே ஆண்டில் அகில இந்திய விவசாயிகள் சங்கம் என்ற அமைப்பு உருவாகியது. இதன் தொடக்கக் கூட்டத்தில் தமிழ்நாடு கம்யூனிஸ்ட் இயக்கத்தின் தொடக்ககாலத் தலைவர் களாக விளங்கிய தோழர்கள் ஜீவானந்தமும், சீனிவாசராவும் கலந்து கொண்டனர். 1942இல் இந்தியக் கம்யூனிஸ்ட் கட்சியின் மீதான தடை நீக்கப்பட்டது. 1943இல் இந்தியக் கம்யூனிஸ்ட் கட்சியின் முதல் அகில இந்திய மாநாடு மும்பையில் நடை பெற்றது. இம்மாநாட்டில் விவசாயிகளை ஒன்று திரட்டுவதன் அவசியம் வலியுறுத்தப்பட்டது. இதன் அடிப்படையில் 1943இல் தமிழ்நாடு கம்யூனிஸ்ட் கட்சி விவசாயிகள் சங்கத்தை உருவாக்கத்

   ஆ. சிவசுப்பிரமணியன்

தீர்மானித்து அதன் அடிப்படையில் தோழர் சீனிவாசராவைச் செயலாளராகக் கொண்ட அமைப்புக் குழுவை உருவாக்கியது. இதன் தொடர்ச்சியாகப் பல கிளைச் சங்கங்கள் தமிழ்நாட்டின் கிராமப்புறங்களில் உருவாயின.

இப்படி உருவான விவசாயச் சங்கங்கள், பலரும் இன்று கூறுவது போன்று கூலி உயர்வை மட்டுமே மையமாகக் கொண்டு போராடவில்லை. பண்பாட்டு ஆதிக்கத்திற்கு எதிரான போராட்டங்களையும் நடத்தின. தலைமுறை தலைமுறையாக நிலமுதலைகளின் பொருளாதாரச் சுரண்டலுக்கும், பண்பாட்டு ஒடுக்கு முறைக்கும் ஆளாகிவந்த மக்களை ஒன்று திரட்டுவது எளிதான செயலல்ல. இம்முயற்சியின் முதற்படியாக நிலமுதலைகள் மீதான அச்சத்தைப் போக்க வேண்டும். அச்சத்தைப் போக்கும் வழிமுறைகளுள் ஒன்றாகச் செந்துண்டு அணிவதும் செங்கொடி ஏற்றுவதும் அமைந்தன. துண்டை இடுப்பில் கட்டியே பழகிவந்த மக்கள் தம் தோளில் செந்துண்டைப் போட்டுக் கொள்வது ஆதிக்கத்திற்குக் கீழ்ப்படியாமையின் அடையாளமாயிற்று. நடக்க அனுமதி மறுக்கப்பட்ட வீதிகளில் காலில் செருப்பணிந்து ஊர்வலமாகச் செல்வதும், முழங்காலுக்குக் கீழே ஆண்கள் வேட்டி கட்டக் கூடாது, பெண்கள் தம் சேலையை முழங் காலுக்குக் கீழே இறக்கிக் கட்டக் கூடாது என்ற தடையை மீறுவதும் கீழ்ப்படியாமையாக அமைந்தன. அத்துடன் பயத்தையும் போக்கின.

கீழ்ப்படிதலின் அடையாளமாகக் காலம் காலமாக விவசாயிகள் பயன்படுத்திய துண்டு, செந்துண்டாக மாறிய பின்னர் அது எதிர்ப்புணர்வின் குறியீடாயிற்று. உரிய ஊதியம் வழங்கப்பட வேண்டும். அதுவும் அரசு முத்திரை மரக்காலால் அளிக்கப்பட வேண்டும். வேலை நேரம் வரையறுக்கப்பட வேண்டும். நிலவெளியேற்றம் செய்யக்கூடாது என்ற கோரிக்கைகள் பொருளாதாரப் போராட்டமாக அமைந்து, வாழ்க்கைத் தரத்தை உயர்த்த உதவின.

இப்போராட்டங்கள் தந்த நெருக்கடியால் விவசாயிகள், நில உடைமையாளர்கள், அரசு என்ற மூன்று தரப்பையும் கூட்டி விவாதித்து ஒப்பந்தத்தை உருவாக்க வேண்டிய கட்டாயம் அரசுக்கு ஏற்பட்டது. எனவே முத்தரப்பு ஒப்பந்தம் ஒன்று 1944இல் உருவானது.

களப்பால் என்ற ஊரில் நடந்தமையால் 'களப்பால் ஒப்பந்தம்' என்றழைக்கப்பட்ட இவ்வொப்பந்தம் தஞ்சை மாவட்ட விவசாயிகளுக்கு நிலப்பிரபுக்கள் வழங்கி வந்த சவுக்கடி, சாணிப்பால் கொடுத்தல் என்பன இனி நிறுத்தப் படும் என்பதையும், முத்திரை மரக்காலில்தான் குத்தகை

நெல்லும், ஊதிய நெல்லும் அளக்கப்படும் என்பதையும் உறுதி செய்தது.

இதில் கையெழுத்திட்டதின் வாயிலாக, இக்கொடுமைகளை இதுவரை நாங்கள் செய்து வந்தோம் என்பதை நிலமுதலைகளும், இவற்றை அனுமதித்து வந்தோம் என்பதை ஆட்சியாளர்களும் ஒப்புக்கொண்டனர்.

நெல்லை மாவட்டம் நாங்குநேரி வட்டத்தில் உள்ள கட்டளை என்ற கிராமத்தில் வைணவ மடத்தின் ஜீயருக்கு உரிமையான நிலங்களில் குத்தகையாளர்களிடமிருந்து நெல் வாங்க மடத்தின் கள்ள மரக்காலையே பயன்படுத்த வேண்டும் என்ற நடைமுறை கண்டிப்பாகப் பின்பற்றப்பட்டு வந்தது. தோழர்கள் பாலதண்டாயுதம், நல்லகண்ணு ஆகியோர் இப் பகுதியில் தலைமறைவாகச் செயல்பட்டு வந்தபோது கள்ள மரக்காலை ஒழிப்பது குறித்து விவசாயிகளிடம் பேசிவந்தனர். இதன், அடுத்த கட்டமாக தோழர் பாலதண்டாயுதம் துணை யுடன் தலித் சமூகத்தைச் சேர்ந்த, பால்ராஜ் என்ற தோழர், விவசாயிகள் கூடிநிற்க, மடத்து அதிகாரிகளின் கண்ணெதிரே கள்ள மரக்காலைக் கீழே போட்டுடைத்தார். அதன்பின் அது மீண்டும் தலைகாட்டவில்லை.

மேற்கூறிய செய்திகளை முழுமையாக இணைத்துப் பார்த்தால் செந்துண்டு அணிவது, பண்பாட்டு அடையாளப் போராட்டமாகவும், முத்திரை மரக்காலைத்தான், நிலமுதலைகள் பயன்படுத்த வேண்டும் என்று போராடி வெற்றி பெற்றது, பொருளாதாரப் போராட்டமாகவும் அமைந்தமை புலனாகும். இவை இரண்டிற்கும் பின்னால் இருந்தது செங்கொடியும், அதை உருவாக்கிய மார்க்சியத் தத்துவமும், அதை ஏற்றுக் கொண்ட கம்யூனிஸ்ட் கட்சி என்ற அரசியல் இயக்கமும் தான்.

❀ ❀

ஆ. சிவசுப்பிரமணியன்

இதெல்லாம்
தெரிஞ்சதனாலதான் . . .

1959இல் என்னுடைய பதினாறாவது வயதில் இந்தியக் கம்யூனிஸ்ட் கட்சியில் பரிட்சார்த்த உறுப் பினராகச் சேர்ந்தபொழுது தோழர் ஆர்.என்.கே. என்றழைக் கப்படும் நல்லகண்ணு அண்ணாச்சியை முதல்முறையாகச் சந்தித்தேன். திருநெல்வேலி சந்திப்பில் உள்ள கண்ணம்மன் கோவில் தெரு மாடியில் இந்தியக் கம்யூனிஸ்ட் கட்சியின் மாவட்டக்குழு அலுவலகம் அப்போது இருந்தது. அலுவலகத்திற்குப் பின்னால், நடக்கும் தொலைவில் தான் பொருநையாறு ஓடிக்கொண்டிருந்தது. ஒரு நாள், தன் அடிவயிற்றில் வேட்டியில் செருகிவைத்திருந்த ஆவரம்பூக்களை எடுத்து மேசையின்மீது வைத்துவிட்டுக் குளிக்கக் கிளம்பிக்கொண்டிருந்தார்.

சற்று வியப்போடு அதைப் பார்த்துக்கொண்டிருந்தேன். நன் பார்த்ததை அறிந்த அவரும் "இது வெயில் சூட்டிற்கு நல்லது" என்று சிரித்துக்கொண்டே கூறினார். குளித்து விட்டு வந்த பின்னர் மேசையிலிருந்த ஆங்கில நாளேட்டை எடுத்துப் படிக்கத் தொடங்கினார். இங்கிலீஷ் தெரிந்த ஒரு விவசாயி, என்று முடிவு செய்தேன். அவரது வாட்ட சாட்டமான உருவம் அம்முடிவிற்கு வரத் தூண்டியது.

சில நாட்கள் கழிந்த பிறகுதான் அவரைப் பற்றிய விவரங் கள் கொஞ்சம் கொஞ்சமாகத் தெரிய வந்தன. மறைந்த தோழர்கள் ப.மாணிக்கம், ஏ.ஜி.பெருமாள், பேரா.நா.வான மாமலை ஆகியோரின் வாயிலாக அவரைக் குறித்த, பல சுவையான செய்திகளை அறிந்துகொண்டேன். அத்துடன் அவரோடு நெருங்கிப் பழகியதால் பெற்ற அனுபவங்களும், அவருடன் நிகழ்த்திய உரையாடல்களும் இன்றும் என் மனதில் ஆழமாக வேர்விட்டுள்ளன. 'கிறித்தவமும் சாதியும்' என்ற நூலை இவருக்குக் காணிக்கையாக்கி யதுடன் அந்நூலின் முன்னுரையில்,

தமிழ் நாட்டின் கிராமப்புறப் பிரச்சினைகளையும் சாதியம் தொடர்பான செய்திகளையும் நன்கறிந்தவர் தோழர் ஆர்.நல்லகண்ணு. அவருடன் நிகழ்த்தும் உரை யாடல்கள், ஆயிரக்கணக்கான அடித்தள மக்களை நேரில் சந்தித்து அவர்கள் பிரச்சினைகளை க் கண்டறிந்த உணர்வை ஏற்படுத்தும் தன்மையன. புத்தகங்களைத் தாண்டி ஓர் உலகம் உள்ளது என்பதனை அவருடன் நடத்திய உரையாடல்கள் வாயிலாக அறிந்து கொண்டேன். அதன் விளைவாகத்தான் புத்தக வாசிப்புக்குக் கொடுக்கும் முக்கியத்துவத்தைக் கள ஆய்விற்குக்கும் கொடுத்து வருகிறேன். நேர்மையும், எளிமையும், ஆழ்ந்த நூலறிவும் நிரம்பப் பெற்ற "ஆன்றவிந்தடங்கிய கொள்கைச் சான் றோரான" அவரிடம் நாற்பதாண்டுகளாகக் கேட்டறிந்து வரும் அரிய செய்திகளுக்காகவும், கற்றறிந்த நற்பண்பு களுக்காகவும், கைமாறாக இந்நூலைக் காணிக்கையாக்கு கிறேன்.

என்று எழுதி என் உணர்வையும் நன்றியையும் பதிவு செய் துள்ளேன். அவரது ஆளுமை, தோழமை உணர்வு ஆகியனவற்றை யெல்லாம் ஒரு சிறு கட்டுரையில் வடிக்க இயலாது. ஒரு நூலாகவே எழுத வேண்டும். எனவே அவரைக் குறித்து, நான் நேரடியாகவும், அவருடன் பணியாற்றிய ஏனைய தோழர்கள் வாயிலாகவும் அறிந்துகொண்ட சில செய்திகளில் ஒன்றிரண்டை மட்டும் இங்கு வெளிப்படுத்த விரும்புகிறேன்.

போராளி

இந்தியக் கம்யூனிஸ்ட் கட்சி, விவசாய இயக்கங்களைத் திருநெல்வேலி மாவட்டத்தில் உருவாக்கி வளர்த்தபோது, விவசாய இயக்கத்தின் முதுபெரும் தலைவர் தோழர் பி. சீனிவாசராவ் இம்மாவட்டத்தில் சுற்றுப்பயணம் செய்துள்ளார். 1994இல் கம்யூனிஸ்ட் கட்சி தடை செய்யப்பட்டபோது அவர் பெற்ற அனுபவங்களை, 'எனது தலைமறைவு வாழ்க்கை அனு பவங்கள்' என்ற தலைப்பில் தடை நீக்கத்திற்குப்பின் நூலாக வெளியிட்டார். அந்நூலில்,

இந்தப் பிரதேசத்தில் வேலை செய்யும் நம் விவசாயத் தலைவர் தோழர் நல்லகண்ணுவைப் பற்றி ஒரு வார்த்தை. இவரைப் பற்றி எனக்கு நல்ல அபிப்பிராயம். இண்டர் மிடியட் வரை படித்திருக்கிறார். ஆனால் அவர் உண்மை யில் ஒரு நல்ல குடியான வாலிபன். பார்வையிலும் பழக்க வழக்கங்களிலும் கள்ளங்கபடமற்ற எளிய கிராம வாலிபனாகவே இருக்கிறார். கிராமம், கிராமமாக சலிப்

                                   ஆ. சிவசுப்பிரமணியன்

பின்றி நடந்து வேலைகளைக் கவனிப்பார். இவர் மாத்திரம் இன்னும் முன்கை எடுத்து தனது வேலைகளைச் செய்வாரேயானால், அந்த ஜில்லாவில் ஒரு சிறந்த விவசாயக் கட்சித் தலைவராக விளங்க முடியும்

என்று எழுதியுள்ளார். அவரின் மதிப்பீடு சரியானது என்பதைப் பின்னர் தோழர் ஆர்.என்.கே. நிரூபித்துவிட்டார்.

பலரும் இன்று கருதுவது போல் இந்தியக் கம்யூனிஸ்ட் கட்சியினர் உருவாக்கிய விவசாய இயக்கமானது கூலி உயர் வையும் நில வெளியேற்ற எதிர்ப்பையும் மட்டுமே மையமாகக் கொண்டு செயல்படவில்லை. கோவில் நுழைவு, அக்ரகார நுழைவு, பாலியல் வன்முறை எதிர்ப்பு என்ற பண்பாட்டுப் பிரச்சனைகளையும் மையமாகக் கொண்டு செயல்பட்டது.

ஒரு முக்கிய வைணவத் தலமான, நான்குநேரி வான மாமலை கோவிலில் தலித்துகளை அழைத்துச் செல்லும் போராட் டத்தைப் பேராசிரியர் வானமாமலை, வழக்கறிஞர் வான மாமலை ஆகிய இருவருடனும் இணைந்து தோழர் ஆர்.என்.கே. நடத்தியுள்ளார். களக்காடு அருகில் சில கிராமங்களில், அக்கிர காரத் தெருக்களில் நடந்து செல்லும் உரிமை தலித்துகளுக்கு மறுக்கப்பட்டு இருந்ததை எதிர்த்து, தோழர் நடராசன் (பேரா. முத்துமோகனின் தந்தை), தோழர். முத்துமாணிக்கம் ஆகியோருடன் இணைந்து போராட்டம் நடத்தி அதில் வெற்றியும் பெற்றுள்ளார்.

இவரது சொந்த ஊரான திருவைகுண்டத்தில் கோட்டைப் பிள்ளமார் என்ற ஒரு சாதியினர் வாழ்ந்து வந்தனர். ஒரு பெரிய மண் கோட்டைக்குள் வாழ்ந்ததால் இவர்களுக்கு இப்பெயர் ஏற்பட்டது. இவர்களது பெண்கள் கோட்டையை விட்டு வெளியே சென்றதில்லை. இவர்களுக்குப் பரம்பரையாகப் பணிபுரியும் ஒன்றிரண்டு கைவினைஞர்களைத் தவிர வேறு எந்த ஆண்களும் கோட்டைக்குள் அனுமதிக்கப்பட்டதுமில்லை. திருவைகுண்டத்திலும் அதனைச் சுற்றியுள்ள பல கிராமங் களிலும் உள்ள வயமான வயல்கள் இவர்களுக்கு உரிமையாய் இருந்தன. நான்கு ஆண்டுகளுக்கு ஒருமுறை இவர்களது மண் கோட்டையை, மண்பூசி செப்பம் செய்வர். இப்பணியில் இவர்கள் நிலங்களில் பணிபுரியும் மள்ளர் சமூகத்தினர் ஈடுபடுவர். மண் எடுத்து வருவது, அதைக் குழைத்துச் சாந்துபோல் ஆக்குவது, சுவரின் மீது அதைப் பூசுவது ஆகியன இவர்கள் மேற்கொள்ள வேண்டிய பணிகள். தேவர் சமூகத்தைச் சார்ந்தவர்கள் இவர்களை மேற்பார்வையிடும் பணியைச் செய்வர். இவ்விரு சமூகத் தினருக்கும் கூலி எதுவும் வழங்கப்படாது. ஒருநேரம் சோறு மட்டும் போடப்படும். பணிக்கு வர மறுத்தால் தண்டனை

உண்டு. இவ்விரு தரப்பினரையும் அடிக்கடிச் சந்தித்து உரையாடி, சங்கத்தை உருவாக்கி அவர்களை அதில் உறுப்பினர்களாகவும் ஆக்கினார். கோட்டையைப் பழுதுபார்க்கும் காலம் வந்தது. இரு தரப்பினரும், "செய்யும் வேலைக்குக் கூலி கொடுத்தால்தான் வருவோம்", "போடுற சோத்துக்கு வேலை செய்ய வரமாட்டோம்" என்று உறுதியாக மறுத்துவிட்டனர். ஆதிக்கம் மிகுந்த கோட்டைப் பிள்ளைமார்கள் எவ்வளவோ முயன்றும் முன்போல் வெறும் சோறு கொடுத்து வேலை வாங்க முடியவில்லை. வேறு வழியின்றி நாட்கூலியாக நெல்கொடுத்து வேலை வாங்கினார்கள். இது அக்காலத்தில் மிகவும் பரபரப்பாகப் பேசப்பட்ட நிகழ்ச்சியாக அமைந்தது.

நான்குநேரி வட்டத்திலுள்ள கிராமப்பகுதிகளில் இவரது தலைமறைவு வாழ்க்கை நிகழ்ந்தது. அப்பொழுது ஒரு சிக்கலான பிரச்சனையை அவர் எதிர்கொள்ள நேர்ந்தது. ஒடுக்கப்பட்ட மக்கள் பிரிவைச் சார்ந்த பெண்களில் சிலரை, ஆசைகாட்டியோ, அச்சுறுத்தியோ வைப்பாட்டியாகக் கொள்வதைச் சில நிலக் கிழார்கள் வழக்கமாகக் கொண்டிருந்தனர். சம்பந்தப்பட்ட பெண்களிடம் இது குறித்துப் பேசி அவர்களைத் திருத்து வதை விட, இதற்கு மூலகாரணமான நிலக்கிழார்களைத் திருத்துவதுதான் சரியான வழி என்ற முடிவுக்குத் தோழர் ஆர்.என்.கே. வந்தார். இதன்படி, ஒடுக்கப்பட்ட மக்கள் வாழும் குடியிருப்புக்குள் நுழைந்த ஒரு நிலப்பிரபு, திட்டமிட்டபடி விவசாய இயக்கத் தோழர்களால் சிறைபிடிக்கப்பட்டார். அவர் தொடர்பு வைத்திருந்த பெண்ணிற்குச் சிறிது நிலம் எழுதித் தரும்படி வற்புறுத்தப்பட்டு அதை அவர் எழுத்து மூலம் ஏற்றுக்கொண்ட பின்னரே விடுவிக்கப்பட்டார். பின்னர் முறைப்படி நிலம் பதிவு செய்யப்பட்டு அப்பெண்ணிற்கு வழங்கப்பட்டது.

மேலெழுந்த வாரியாகப் பார்த்தால் பெண்ணின் உடலுக்கு நிலம் இணையாக்கப்பட்டதுபோல் இந்நிகழ்வு தோன்றும். ஆனால் இதற்குள் ஒரு சமூக உண்மை பொதிந்திருந்தது. பகலில் சாதிய மேலாண்மை பேசும் நிலப்பிரபுக்கள் இரவில் பாலியல் உறவில் சாதிபேதம் பார்ப்பதில்லை. ஆனால் இனி வெளிப்படையாக, நிலத்தை அப்பெண்ணின் பெயரைக் குறிப் பிட்டு நன்கொடையாக எழுதிக் கொடுப்பதென்பது அவரது சாதிய மேலாண்மைக்குச் சவாலாகி விடுகிறது. இரகசியமாகப் பணத்தைக் கொடுத்தாலும் கொடுப்பார்களே தவிர, ஒரு ஒடுக்கப்பட்ட பெண்ணைத் தங்களின் பூர்வீகச் சொத்தின் ஒரு பகுதிக்கு உரிமையாளராக வரவிடமாட்டார்கள். இதனால்தான் சொத்து எழுதிவாங்கும் முறை அறிமுகப்படுத்தப்

ஆ. சிவசுப்பிரமணியன்

பட்டது. இதன்பின்னர் நிலக்கிழார்களின் முறையற்ற பாலுறவு வேட்கைக்கு முற்றுப்புள்ளி வைக்கப்பட்டது.

இதுபோல் வீடுகளுக்கு நிலை வைத்துக்கொள்ளும் உரிமை, சைவ வைணவ மட நிலங்களின் குத்தகைதாரர்கள் அம்மடங் களின் கள்ள மரக்காலுக்குப் பதிலாகத தரமான அரசாங்க மரக்காலால் குத்தகை நெல்லை அளக்கும் உரிமை, எனப் பல உரிமைகளை விவசாயச் சங்கத்தின் முயற்சியால் பெற்றனர்.

தலைமறைவாக இருந்துகொண்டே இவ்வியக்கங்களைத் தோழர் ஆர்.என்.கே. நடத்தி வந்தார். கம்யூனிஸ்டுகளைப் பொறுத்தவரையில் தலைமறைவு வாழ்க்கை என்பது இயக்கங் களை உருவாக்கி நடத்துவதுதான். ஒரு இடத்திற்குள், அடைந்து கிடப்பதல்ல. இவரை எப்படியாவது பிடிக்க வேண்டுமென்று காவல்துறையினர் இப்பகுதியில் சுற்றிச் சுற்றி வந்தனர். இவர் எங்கு தங்கிப் போராட்டங்களை உருவாக்குகிறார் என்பதைக் கண்டறிய முடியவில்லை. இறுதியில் இவர் இப்பகுதியில் கைது செய்யப்பட்டார். இவர் தங்கியிருந்த இடத்தைக் காவல் துறையினர் எப்படிக் கண்டறிந்தனர் என்பது ஒரு சுவையான செய்தி.

கட்டளை என்ற கிராமத்தில் ஊருக்குச் சற்று ஒதுக்குப் புறமாகத் தேனீர்க் கடை ஒன்று இருந்தது. காவல்துறையின் இரகசியப் பிரிவைச் சார்ந்த காவலர் ஒருவர் இரவெல்லாம் சுற்றித் திரிந்தும், எவ்விதப் பயனும் இன்றி, விடிந்தும் விடியாத நேரத்தில் கட்டளை கிராமத்திற்கு வந்தார். கண் விழிப்பு, நடைப்பயணம் இவற்றால் ஏற்பட்ட களைப்புத் தீர ஒரு குவளைத் தேனீர் குடிக்க வேண்டும் என்ற விருப்பம் அவருக்கு நேரிட்டது. கடைக்காரர் பாய்லரை உரிய இடத்தில் வைத்து அதில் கரியை அள்ளிப் போட்டுக்கொண்டிருந்தார். சிறிது நேரத்தில் பாய்லர் சூடேறத் தொடங்கியது. சற்றுத் தொலை விலிருந்து இதைக் கவனித்துக்கொண்டிருந்த காவலர், பாய்லரி லிருந்து ஆவி வரத் தொடங்கியதும் ஆவலுடன் கடைக்குள் சென்றார். 'ஒரு டீ' என்றதும் கடைக்காரர் கொஞ்சம் பொறுங்கள் என்றார்.

"டீதான் ரெடியாட்டேயப்பா தரவேண்டிதானே."

"முதல்ல எங்க தலைவருக்கு டீ கொடுத்தனுப்பிட்டுதான், அப்புறம்... மத்தவங்களுக்கு ..."

காவலர் விழிப்படைந்தார். "உங்க தலைவரு யாரு?..."

"அதுதான் நல்லக்கண்ணு ..."

பிறகென்ன... தோழர் ஆர்.என்.கேயின் இருப்பிடம் வெளிப் பட பின்னர் ஒரு போலீஸ்படை அவரைக் கைது செய்தது.

அப்போது தோழர் நல்லகண்ணு மீசை வைத்திருந்தார். அவரது மீசையின் மயிர்களைப் போலீசார் ஒவ்வொன்றாகக் கையால் பிடுங்கிச் சித்திரவதை செய்தனர். பின்னர் விசாரணைக் கைதியாக கொக்கரகுளம், கிளை சிறைச்சாலையிலும் தண்டனைக் கைதியாக மதுரை மத்தியச் சிறைச்சாலையிலும் ஏறத்தாழ எட்டாண்டுகளைக் கழித்துவிட்டு விடுதலையானார்.

சிறை வாழ்க்கை

சிறை வாழ்வின்போது மார்க்சியம் கற்றல், கற்பித்தல் ஆகிய பணிகளில் ஈடுபட்டதுடன் சில ஆங்கில நூல்களைத் தமிழாக்கமும் செய்தார். அவற்றுள் ஒன்று நூலாக வெளி வந்துள்ளது. சிறையில் சக கைதிகள் பாடும் நாட்டார் பாடல் களையும் தனது குறிப்பேட்டில் பதிவு செய்துள்ளார்.

ஆயுள் தண்டனை பெற்ற கைதிகளில் தேர்ந்தெடுத்த சிலரை, கன்விக்ட் வார்டர் (Convict warder) என்ற சிறுபதவியில் சிறை நிர்வாகம் நியமிக்கும். இவர்களைச் சிறைவாசிகள் காணிக்கை வார்டர் என்றழைப்பர். இரவுக் காவல் பணியில் கைதிகள் வாழும் கொட்டடிகளைச் சுற்றி வரும் போது சிலர் நாட்டார் பாடல்களைப் பாடுவதுண்டு.

தன் காதலியின் தகப்பன், அரசுத்தரப்புச் சாட்சியாக நீதிமன்றத்தில் கூறிய சாட்சியத்தின் அடிப்படையில் ஆயுள் தண்டனை பெற்ற ஒருவர் காணிக்கை வார்டராக இருந்தார். உறக்கம் துறந்து இரவில் கொட்டடிகளைச் சுற்றிவரும் தன் நிலையை நொந்து,

மல(லை)ய மறவு (மறைவு) வச்சு
மல்லிகைப்பூ சாட்சி வைச்சு
உன்னத் தொட்டதுக்கும்
உங்கப்பன் சாட்சி சொன்னதுக்கும்
மதுர(ரை) செயிலுல
மாடா உழைக்குறேனே

என்று அவர் பாடிய பாடலை எழுதி வைத்துள்ளார்.

சிறையிலிருந்து விடுதலையான பின்னர் திருநெல்வேலி மாவட்டத்தில் விவசாயச் சங்கத்தின் செயலாளராகவும் நெல்லை மாவட்டக் கம்யூனிஸ்ட் கட்சியின் செயற்குழு உறுப்பின ராகவும் பணியாற்றினார். இக்காலகட்டத்தில் அவர் பொறுப் பேற்று நடத்திய போராட்டங்களில் இரண்டை மட்டும் இங்குக் குறிப்பிடலாம்.

திருநெல்வேலி மாவட்டத்தின் தென்கிழக்குப் பகுதியில் ரெட்டியார்பட்டி, முனைஞ்சிப்பட்டி, மூலக்கரைப்பட்டி என்ற ஊர்கள் உள்ளன. இவ்வூர்களிலும் இவற்றைச் சுற்றியுள்ள

ஆ. சிவசுப்பிரமணியன்

கிராமங்களிலும் ரெட்டியார் வகுப்பினர் மிகுதியாக வசித்து வருகின்றனர். ஐம்பதுகளின் தொடக்கம்வரை இங்குள்ள ரெட்டியார் நிலப்பிரபுக்களிடம் பணிபுரியும் ஆதிதிராவிடர் கள் 'துட்டி சொல்லுதல்' என்னும் பணியை மேற்கொண் டிருந்தனர்.

இதன்படி ஒரு நிலப்பிரபுவின் வீட்டில் யாரேனும் இறந்து விட்டால் அவரிடம் பரம்பரையாகப் பணிபுரியும் ஆதி திரா விடர்கள் பக்கத்துக் கிராமங்களிலுள்ள நிலப்பிரபுவின் உறவினர் வீடுகளுக்குச் சென்று சாவுச் செய்தியைச் செல்ல வேண்டும். விவசாய இயக்கம் வலுப்பெற்ற கிராமங்களிலும், பம்பாய் சென்று பணிபுரிந்தமையால் அம்பேத்கரின் சிந்தனைகளுக்கு ஆட்பட்டு வந்த ஆதிதிராவிடர்கள் வாழும் கிராமங்களிலும் துட்டி சொல்லும் பழக்கம் நிறுத்தப்பட்டது. ஆனால் ஒரு முக்கியக் காங்கிரஸ் கட்சி பிரமுகர் வாழும் ஊரில் மட்டும் அறுபதுகளிலும் இப்பழக்கம் நடைமுறையிலிருந்தது. அதை நிறுத்துவது என்பதை அவரது கவுரவத்திற்கு ஏற்படும் இழுக்கு என்று அவர் கருதினார்.

இந்நிலையில் பிற ஊர்களில் வாழும் ஆதி திராவிடர்கள் இப்பழக்கத்தைக் கைவிடும்படி கேட்டுக்கொண்டும் பயனில்லை. எனவே இதைத் தடுத்து நிறுத்தும் வழிமுறையாக, துட்டி சொல்லச் செல்லும் ஆதிதிராவிடர்களுடன் மணஉறவு வைத்துக் கொள்வதில்லை என்று முடிவெடுத்தனர். இந்நிர்ப்பந்தத்தின் விளைவாக, துட்டி சொல்லச் செல்வதில்லை என்ற முடிவை அக்கிராமத்து மக்களும் எடுத்தனர். இம்முடிவை எடுத்துச் சில மாதங்கள் கழிந்த பின்னர் பண்ணையார் வீட்டில் இழவு விழுந்தது. வழக்கப்படி தன் பண்ணையில் பரம்பரையாகப் பணிபுரியும் ஆதி திராவிடர் சிலரை அழைத்துத் துட்டி சொல்லப் போகும்படி கூறினார். தங்கள் சாதிக் கட்டுப்பாட்டை மீறித் துட்டி சொல்லப் போக முடியாது என்று மறுத்துவிட்டனர். இதை அறிந்த காங்கிரஸ் பிரமுகர் காவல் துறையினரிடம் தன் செல்வாக்கைச் செலுத்தி அவர்களைக் குடும்பத்துடன் காவல் நிலையத்திற்கு அழைத்துச் செல்லும்படி செய்துவிட்டார். காவல்துறை அதிகாரி, துட்டி சொல்லப் போகும்படி வற்புறுத்திக் கொண்டிருந்தார்.

இச்செய்தியை அறிந்த விவசாய இயக்கத் தோழர்கள் ஆர்.என்.கே.யை அழைத்துச் சென்றனர். காவல்துறை அதிகாரி யிடம் இதுகுறித்து ஆர்.என்.கே. கேட்டபோது, இவர்களால் சட்ட ஒழுங்குப் பிரச்சனை ஏற்பட்டுவிட்டது என்று வழக்க மான பல்லவியைப் பாடினார். எப்படி என்று கேட்டபோது, "வழமையை (மரபை) இவர்கள் மீறியதால்தான் இப்பிரச்சனை.

வழமைப்படி துட்டி சொல்லப் போக வேண்டியதுதானே" என்றார்.

உடனே ஆர்.என்.கே., "வழமைப்படி இவ்வேலையை இவர்கள் செய்ய வேண்டும் என்றால் நீங்கள் பிறந்த ஜாதி வழமைப்படி நீங்கள் செய்ய வேண்டியது இந்த வேலை அல்ல. வழமைப்படி வேலை செய்ய மறுத்தார்கள் என்று எஃப்.ஐ.ஆர். போடுங்கள் பார்ப்போம்" என்று கூற, பின்தங்கிய சாதியைச் சேர்ந்த அந்த அதிகாரி பதறிப்போய் அவர்களை விட்டுவிட்டார்.

"பிரச்சனை ரொம்ப பெருசாயிட்டு. என்னால ஒன்றும் செய்யமுடியல" என்று காங்கிரஸ் பிரமுகர்களிடம் கூறிச் சமாளித்துவிட்டார். இதன்பின்னர் துட்டி சொல்லும் பழக்கம் அக்கிராமத்தில் அடியோடு நின்று போனது.

இதே பகுதியில் ஆதிதிராவிடர்கள் செருப்பணிந்து பண்ணையார்கள் வாழும் தெருக்களில் செல்லக் கூடாது என்ற கட்டுப்பாடு இருந்தது. இராணுவத்தில் பணிபுரிந்த ஆதிதிராவிடர் ஒருவர் காலில் செருப்புடன் நுழைந்ததும், அவரை அடித்து கழுத்தில் செருப்பு மாலை அணிவித்து ஊர்வலமாக வரச் செய்தனர். இதை அறிந்த தோழர் ஆர்.என்.கே., தோழர் என்.டி. வானமாமலை தலைமையில் ஆயிரக்கணக்கான ஆதிதிராவிடர்களைக் காலில் செருப்பணிந்தவாறு ஊர்வலமாகப் பண்ணையார்கள் வாழும் தெருக்களுக்குள் அழைத்துச் சென்றார். இதன்பின்னர் இக்கட்டுப்பாடு தகர்க்கப்பட்டது.

பண்பாட்டு ஈடுபாடு

இவ்வாறு ஒரு போராட்ட வீரராக விளங்கும் தோழர் ஆர்.என்.கே. இலக்கியத்திலும் வரலாற்றிலும் மிகுந்த ஈடுபாடு கொண்டவர். சிறையில் மட்டுமின்றி வாய்ப்பு நேர்ந்த போது நாட்டார் பாடல்களை அவர் சேகரித்துள்ளார். பேராசிரியர் நா. வானமாமலை 1960 ஆம் ஆண்டில் வெளியிட்ட 'தமிழ் நாட்டுப் பாமரர் பாடல்கள்' என்ற நூலில் இவர் சேகரித்த பாடல் ஒன்று இடம் பெற்றுள்ளது. வாழ்க்கையில் காலூன்ற முடியாத விவசாயி ஒருவரின் புலம்பலாக அமைந்த அப்பாடல் வருமாறு:

வண்டி அடிச்சுப் பார்த்தேன்
வயக்காட்டை உழுது பார்த்தேன்
பெண்டுகளை மேய்ச்சுப் பார்த்தேன்
பிழைப்பு ஒண்ணும் நடக்கலியே.

திருநெல்வேலி மாவட்டம் செங்கோட்டையைச் சேர்ந்த காமாட்சி என்ற தோழர் ஒடுக்கப்பட்ட மக்களின் நலனுக்காக

   ஆ. சிவசுப்பிரமணியன்

ஆதிக்கச் சாதியினரையும் பெரிய நிலப்பிரபுக்களையும் எதிர்த்து விடாது போராடியவர். அவர் 1963இல் இறந்த போது உழைக்கும் வர்க்கத்தைச் சேர்ந்த மூதாட்டி ஒருவர்,

கையில் அருவாளுன்னு
கவலயத்து நானிருந்தேன் காமாட்சி
கை அரிவாளும் தொலைஞ்சுது
கவல மெத்த தோணுது

என்று ஒப்பாரி பாடியபோது, அதைக் கேட்டெழுதி, தூத்துக்குடியில் இருந்து வெளியான 'சாந்தி' இதழில் வெளி யிட்டார்.

வடிவேலுச் செட்டியார் என்ற வில்லிசைக் கலைஞர் நெல்லை மாவட்டத்தின் புகழ்பெற்ற வில்லுப்பாட்டுக்காரராக இருந்தார். இவர் ஏரல் என்ற ஊரில் வில்லிசை நடத்திக்கொண் டிருந்தபோது நட்டாத்தி, சிறுத்தொண்டநல்லூர் என்ற இரு கிராமங்களைச் சேர்ந்த நாடார் சமூகப் பெண்கள் வில்லிசை கேட்கத் திரளாக வந்திருந்தனர். பனை உரிமையாளர்களுக்கு ஒரு நாள், அதை இறக்குபவருக்கு எனப் பதநீரைப் பகிர்ந்து கொள்ளும் பழக்கம் இப்பகுதியில் உண்டு. இவ்வாறு பகிர்ந்து கொள்வதை 'பதநீ(ர்) முறை' என்பர். காலையில் இறக்கும் பதிநீரைக் கருப்புக் கட்டியாகக் காய்ச்சுவது இப்பெண்களின் பணியாகும். முதல் நாள் இரவு வந்தவர்கள் ஊருக்குத் திரும்ப வேண்டிய காலை நேரம் வந்துவிட்டது என்பதைத் தெரிவிக்கும் வகையில்,

'நட்டாத்தி சிறுத்தொண்டு (நல்லூர்) நாடாத்தி மார்களே*, நாளைவரப்போகுது பதனிமுறை' என்று வடிவேலுச் செட்டியார் பாடினாராம். இரவு முழுவதும் கண்விழித்து வில்லுப்பாடலைக் கேட்கும் பழைய மரபை இவ்வரிகள் உணர்த்துகின்றன. இப்பாடலையும் அவர் தமது கட்டுரையொன்றில் பதிவு செய்துள்ளார்.

நாட்டார் பாடல்களில் அவர் கொண்ட இத்தகைய ஈடுபாடு அதன் சாயலில் கவிதை எழுதவும் தூண்டியுள்ளது. ஜீவா மறைந்த போது 'பார்த்த மனம் பதறுதையா' என்ற தலைப்பில்,

குற்றாலம் அருவியிலே, ஜீவா – நீ
குளித்து நிக்கயிலே

---

* நாடாத்தி மார்களே – சாதிப் பெயருடன் இணைத்து இடைச்சி, வெள்ளாடிச்சி, மறத்தி, பரத்தி, பிராமணத்தி என்று இயல்பாகக் கூறும் வழக்கம் முன்பு இருந்ததன் வெளிப்பாடாகவே நாடாத்தி என்று பாடகர் குறிப்பிட்டுள்ளார். தற்போது இவ்வாறு குறிப்பிடுவதில்லை.

வற்றாத தமிழ்க்கடலும்
வந்து நிக்குதென்பேன்
வற்றாத தமிழ்க்கடலும்
வறண்ட விறகாகி
பற்றி எரியக் கண்டேன்
பாத்த மனம் பதறுதையா

என்று கவிதை எழுதியுள்ளார். மார்க்சியத்தை ஊன்றிப்பயின்ற அவர், தாம் பிறந்த மண்ணின் மாண்புகளை மார்க்சிய ஒளியில் பார்த்தாரேயன்றி, அதை வெறுத்து ஒதுக்கியவரல்லர். இந்த வகையில் ஜீவாவின் வாரிசு அவர் எனில் தகும். பேராசிரியர் வானமாமலையிடம் அவர் வருந்திப் புலம்பிய நிகழ்ச்சி ஒன்று அவரது மார்க்சிய ஞானம் எத்தகையது என்பதை வெளிப் படுத்தும்.

கம்யூனிஸ்ட் கட்சியின் தலைவர் ஒருவர் நல்ல பேச்சாளர். அவருக்குத் திடீரென்று ஒரு சந்தேகம். அதைத் தோழர் ஆர்.என்.கே. யிடமே நேரடியாகக் கேட்டுவிட்டார்.

“ஏன்? நல்லகண்ணு உங்களுக்கு இந்தப் புறநானூறு, அகநானூறு, கம்பராமாயணம், பாரதி, பாரதிதாசன் எல்லாந் தெரியுது. நாதஸ்வரத்தக்கூட புரிஞ்சி தலையாட்டி ரசிக்கிறீங்க. . . பழைய சரித்திரமெல்லாங்கூடத் தெரியுது . . . நீங்க எப்படி கம்யூனிஸ்ட் ஆனிங்க?”

தோழர் ஆர்.என்.கே.விற்கு ஒரே அதிர்ச்சி.

ஒருவாறு அதிர்ச்சியிலிருந்து மீண்டு, “இதெல்லாம் தெரிஞ்ச தனாலதான் கம்யூனிஸ்ட் ஆனேன்” என்றார்.

இப்படிப் பதில் சொன்னாலும் அவரிடம் கேட்கப்பட்ட கேள்வி அவரை வெகுவாகப் பாதித்துவிட்டது. பேராசிரியர் வானமாமலையிடம் வந்து தன் ஆற்றாமையைப் பகிர்ந்து கொண்டார். “நம்ம கலை, இலக்கியம், பண்பாடு, வரலாறு இதெல்லாம் கம்யூனிஸ்ட்டுகளுக்கு அப்பால்பட்டதுன்னு நினைக்கிறாங்களே . . . இந்தப் போக்கு எப்ப மாறப்போவுது.” (மேற்கூறிய உரையாடலை விவரிக்கிறார்).

“யோவ், கவலைப்படாதீருமய்யா . . . (சுற்றியிருந்த இளைஞர் களைச் சுட்டிக்காட்டியவாறு), “இவங்கெல்லாம் இருக்காங்கள்லா இவுங்களுக்குச் சொல்லிக்குடும் . . . வயசானதுகளப் பத்திக் கவலப்படாதீரும்.” இது பேராசிரியரின் பிரதிபலிப்பு.

நினைவுகளே வரலாறாய்

'ஒரு நகரமும் ஒரு கிராமமும்'
நூலை முன்வைத்து

'ஒரு நகரமும் ஒரு கிராமமும் – கொங்குப் பகுதியில் சமூக மாற்றங்கள்' என்ற நூலின் ஆசிரியர் எஸ்.நீலகண்டன் பாரதிதாசன் பல்கலைக்கழகத்தில் பொருளியல் பேராசிரி யராகவும், சென்னை வளர்ச்சி ஆராய்ச்சி நிறுவனத்தின் (M.I.D.S.) இயக்குநராகவும் பணியாற்றியவர். தன் பூர்வீகக் கிராமமான செட்டிப்பாளையத்திலும் அதன் அருகில் உள்ள கரூர் என்ற தொழில் நகரத்திலும் அறுபதாண்டுக் காலத்தில் (1945 – 2005) ஏற்பட்ட சமூக மாறுதல்களை இந்நூலில் பதிவு செய்துள்ளார். ஆனால் இந்தக் கால எல்லையைத் தாண்டியும் முன்னும் பின்னுமாகப் பல செய்திகள் பதிவாகியுள்ளன.

இப்பதிவுகளில் அவரது நினைவுகளும் மற்றும் அவருடன் உரையாடல் நிகழ்த்தியவர்களின் நினைவு களும் இடம்பெற்றுள்ளன. இவர் பதிவு செய்துள்ள சமூக நினைவுகள் சமூக வரலாற்றுக்கான தரவுகளாக விளங்குகின்றன. நூலாசிரியரின் நினைவுகள் பலதரத் தவை. பக்க எல்லை கருதி, நூலாசிரியர் தொகுத்துப் பதிவுசெய்துள்ள சமூக நினைவுகளில் சிலவற்றை மட்டும் இங்கு அறிமுகப்படுத்த விரும்புகிறேன்.

சாதிய மேலாண்மை

சாதிய மேலாண்மையை நிலைநாட்டும் வழிமுறை களில் ஒன்று. அயற்சாதியுடன் கலந்து உணவுண்ணாமை.

கரூரின் பிராமணர் உணவகங்களில் பிராமணர் களும், பிராமணரல்லாதாரும் தனித்தனி இடங்

களில்தான் உணவருந்தினர். கரூர் நகராட்சிப் பள்ளியின் சிதம்பரம் மாணவர் விடுதியில் கூட 1949 வரை பிராமண மாணவர்களுக்கும் பிராமணரல்லாத மாணவர்களுக்கும் தனித்தனி இடங்களில்தான் உணவு பரிமாறப்பட்டது"

என்று குறிப்பிடும் ஆசிரியர் தொழிற்களங்களின் நிலையைக் குறிப்பிடும்போது,

1950களின் நடுப்பகுதி வரை கரூரின் டெக்ஸ் நிறுவனங்கள் உட்பட எல்லா நிறுவனங்களிலும் தீண்டாமை கடைப் பிடிக்கப்பட்டது. தீண்டத்தகாத இனத்தினர் எனப் பட்டோர் சிலவேலைகள் தவிர வேறு வேலைகளுக்கு நியமிக்கப்படவில்லை; நியமிக்கப்பட்டால்கூட அவர்கள் வேறுபடுத்தப்பட்டனர் (பக். 59).

ஆனால் உழைப்பாளர்கள் பற்றாக்குறை ஏற்பட்டபோது,

கரூரின் நான்கு திசை எல்லைகளிலும் தீண்டத்தகாத வராகக் கருதப்பட்டவர்களின் நான்கு குடியிருப்புகளிலும், கரூரின் அருகிலுள்ள பல ஊர்களில் வாழ்ந்தவர்களும் வேலைக்கு அமர்த்தப்பட்டனர்

என்கிறார் (மேலது 59). 'மாட்டுப் பொங்கலின்போது, தாழ்த்தப் பட்டவர்களுக்குப் பட்டியில் (தொழுவத்தில்) வழங்கப்பட்ட சாப்பாட்டிற்குத் தயிர் மோர் ஊற்றக்கூடாது' என்ற கட்டுப் பாடு நிலவியுள்ளது. 'தாழ்த்தப்பட்டவர்களுக்கு சாப்பாட்டோடு மோர் வழங்கினால் கறவை மாடுகள் மற்றும் எருமைகள் வறண்டுவிடும்' என்ற நம்பிக்கையே இதற்குக் காரணம் (பக். 128). சி.எஸ். நடராஜன் என்பவர் 1948 அல்லது 1949இல் இதை மீறி செட்டிப்பாளையத்தில் தன் 'பட்டிப் பொங்கலில்' (மாட்டுப்பொங்கல்) தாழ்த்தப்பட்டவர்களுக்கு மோர் ஊற்றும் படி செய்தார் (இவர் நூலாசிரியரின் அண்ணன். இந்தியக் கம்யூனிஸ்ட் கட்சியின் உறுப்பினர்).

1961இல் செட்டிப்பாளையம் மாரியம்மன் கோவில் திரு விழாவில் தெருக்கூத்து நிகழ்ந்தது. மறுநாள், அந்நடிகர்களுக்குத் தன் வீட்டில் நடராஜன் கறி விருந்தளித்தார். தாழ்த்தப்பட்ட வகுப்பினரான கூத்துக் கலைஞர்கள், அவரது வீட்டில் நுழை வதை, அவரது தாயும், ஊராரும் விரும்பவில்லை. ஆனால் தான் விரும்பியதை நடராஜன் நடத்தி முடித்தார். அவர் தாயார் வீட்டைவிட்டு வெளியேறினார், விருந்து நடந்த மறுநாள் 'வீடு முழுவதையும் மாட்டுச்சாணம் கொண்டு வழித்த பிறகுதான் மீண்டும் அவர் தயார் குடியேறினார்.

1948 அல்லது 1949இல் அப்பிப்பாளையம் மாரியம்மன் கோவில் நோன்பையொட்டித் தெருக்கூத்து நடந்தது. கோவில்

     ஆ. சிவசுப்பிரமணியன்

தர்மகர்த்தா காளியண்ணக் கவுண்டரும், பிற மேட்டிமைச் சாதியினரும் தரையில் அமர்ந்து கூத்தைப் பார்த்துக்கொண் டிருந்தனர். அக்கூத்தில் பறையர் வகுப்பைச் சேர்ந்த ஒருவர் மன்னனாக சிங்காசனத்தில் அமர்ந்து நடித்துக்கொண்டிருந் தார். இக்காட்சியைக் கண்டதும், தாங்கள் தரையில் இருக்க, பறையர் சிம்மாசனத்தில் இருப்பதை எற்றுக்கொள்ள முடியாது என்று மதுவெறியில் கவுண்டர்கள் அடம்பிடித்தனர்.

நடிகர்களுக்கும், பார்வையாளர்களுக்கும் இடையில் தகராறு ஏற்பட்ட நிலையில், 'மேடையில் இருந்த சிம்மாசனத்தை எடுத்துவிட்டு நாடகத்தைத் தொடர்ந்து நடத்தும்படி காளி யண்ணக்கவுண்டர் உத்தரவிட்டார். ஆனால் தன்மானமிக்க அந்நடிகர்கள் அதற்குப் பணியாதலால் தெருக்கூத்து பாதி யிலேயே நின்றுவிட்டது, (பக். 123).

இவ்வாறு சமூக ஆதிக்கம் செலுத்திய கவுண்டர்கள், மற்றொரு பக்கம் பிராமணர்களுக்குப் பணிந்தே இருந் துள்ளனர். இது தொடர்பாக ஆசிரியர் கூறும் செய்தி ஒன்று வருமாறு: கரூர் நகராட்சிப் பள்ளியில் படித்துக்கொண்டிருந்த சி.ஆர். நடேசன் என்பவர் (1923 அல்லது 1924இல்), ராயர்கள் வசித்து வந்த ஆண்டாங்கோவில் அக்ரகாரத்தின் வழியே குதிரைமீது பயணித்துள்ளார். பிராமணர் அல்லாதார் குதிரை யில் செல்லும்போது, குதிரையிலிருந்து இறங்கித்தான் அக்ரகாரத் தைக் கடந்து செல்லவேண்டும் என்பது அப்போதைய மரபு.

இம்மரபை மீறியமைக்காக அவர் திரும்பி வரும்போது, ராயர்களின் ஏவுதலால் காவல்காரர்கள் அவரைப் பிடித்து விட்டனர். அவரோ அப்போதும் குதிரையில் இருந்து இறங்க வில்லை. செட்டிப்பாளையத்தைச் சேர்ந்தவர் என்பதை அறிந்து அவரை விட்டுவிட்டு, மறுநாள் காலையில், ராயர்கள் சிலர் பெரிய ராயர் ஒருவருடன் செட்டிப்பாளையம் வந்து நடேசனின் செயலுக்கு நியாயம் கேட்டனர். செட்டிப்பபாளையம் ஊர்ப் பெரியவர்கள், நடேசனின் செயலுக்கு மன்னிப்புக் கேட்க, நடேசனோ மன்னிப்புக் கேட்க முரண்டு செய்தார். இறுதியில் தன் பெரியப்பாவின் கட்டாயத்தினால் இனி அவ்வாறு செய்வ தில்லை என்று கூறியுள்ளார்.

ஆனால் பெரிய ராயருடன் வந்தவர்கள் இதை ஏற்க வில்லை. மன்னிப்புக் கேட்க விரும்பாத நடேசனை அக்ரகாரத் துக்கு தூக்கிச் சென்று 'அங்கு அனைவர் முன்னிலையிலும் சாஷ்டாங்க நமஸ்காரம் செய்து' மன்னிப்புக் கேட்கச் செய்ய வேண்டும் என்பது அவர்களது கருத்தாக இருந்தது. அப்போது அவர்களுக்கிருந்த செல்வாக்கில் அதை நடைமுறைப்படுத்தவும்

முடியும். செட்டிப்பாளையம் பெரியவர்கள் இதற்கு எதிர்ப்புத் தெரிவித்தனர்.

எவ்வித தீர்வும் எட்ட முடியாத நிலையில் ரா. கணபதிக் கவுண்டர், பெரிய ராயரைத் தனியே அழைத்துச் சென்று பேரம் நடத்தியுள்ளார். பின்னர் செட்டிப்பாளையத்தின் பெரியவர்கள், ஆண்டோங்கோயில் ராயர்களுக்கு உரிய மரியாதையைச் செலுத்தி வருவதைக் கருத்தில்கொண்டு, நடேசனின் தவறைப் பெரிதுபடுத்தாமல் இத்துடன் முடித்து விடுவதாகப் பெரியராயர் கூறிவிட்டார் (பக். 118 – 119). கணபதிக் கவுண்டர் செய்த பேரம் குறித்து ஆசிரியர் கூறும் செய்தி வருமாறு:

அப்போது ஆண்டாங்கோயில் ராயர் குடும்பத்தைச் சேர்ந்த இளைஞர் ஒருவர், தீண்டத்தகாத வகுப்பைச் சேர்ந்த யுவதி ஒருவரோடு கள்ளத் தொடர்பு வைத் திருந்தது பலருக்கும் தெரிந்திருக்கிறது. அதைப் பெரிய ராயரிடம் சொல்லி, சி.ஆர். நடேசனுக்குப் பகிரங்கமாகத் தண்டனை அளித்தால், அந்தக் கள்ளத் தொடர்பை அதே அக்ரகாரத்திலும் வெளியிட்டு ராயர்களின் மானத்தை வாங்கிவிடுவதாகக் கணபதி கவுண்டர் பயமுறுத்தியிருக்கிறார் (பக். 119).

இச்செய்தியைக் குறிப்பிட்டுவிட்டு, 'அந்த நாள்களிலும் இந்நாள் அரசியல் போலவே மறைமுகமான பேரங்கள் மூலம் சில தீர்ப்புகள் திருத்தப்பட்டிருக்கின்றன' என்று ஆசிரியர் கூறிச் செல்கிறார் (மேலது).

பெண்கள் நிலை

திருமணம், மரணம், பிறப்பு சார்ந்த நிகழ்வுகளுக்கு, அருகில் இருந்த கிராமங்களுக்கு ஆண்களும் பெண்களும் ஒன்று திரண்டு நடந்து போவதுதான் அன்றைய வழக்கமாக இருந்தது. வண்டிகளில் முதியவர்களும் ஆண்களும் வந்தாலும், பெரிய குடும்பத்தைச் சேர்ந்த பெண்கள்கூட மற்ற பெண்களோடு நடந்து செல்வது அப்போதையே வழக்கம் (பக். 112)

என்று ஆசிரியர் குறிப்பிடுவது வண்டிப் பயணத்திற்குத் தகுதியற்ற வர்களாகப் பெண்கள் கருதப்பட்டதை உணர்த்துகிறது.

செட்டிப்பாளையத்தைச் சேர்ந்த அன்னபூரணி என்பவ ருக்கும், விவசாயக் கல்லூரியில் பயின்று பட்டம்பெற்ற முத்து சாமிக் கவுண்டர் என்பவருக்கும் 1930களில் திருமணம் நிகழ்ந்

                    ஆ. சிவசுப்பிரமணியன்

துள்ளது. புதுமணத் தம்பதியினர் கரூர் சென்று புகைப்படம் எடுத்துள்ளனர். மணமகள் நாற்காலியில் அமர்ந்திருக்க, மண மகன் அருகில் நிற்கும் நிலையில் அப்புகைப்படம் எடுக்கப் பட்டிருந்தது.

இப்புகைப்படத்தைப் பார்த்த மணமகனின் ஊர்ப்பெரியவர் கள் சிலர், 'ஆம்பிள்ளை' நின்று கொண்டிருக்கும்போது 'பொம் பளை' உட்கார்ந்திருப்பது மரியாதைக் குறைவானது என்று அலுத்துக்கொண்டதால் நெடுநாட்கள் அந்தப் புகைப்படத்தை சுவரில் மாட்டாமல் வைத்திருந்தார்களாம் (பக். 121).

போக்குவரத்துச் சாதனங்கள்

அடுப்புக் கரியை எரித்து உருவாக்கப்படும் எரிவாயுவினால் இயங்கிய பேருந்து குறித்து ஆசிரியர் விவரித்துள்ளார். முகவரி கொடுத்திருந்த பயணிகளின் இல்லங்களுக்குச் சென்று அவர் களை அது ஏற்றிச் செல்லும் வழக்கம் அப்போது இருந் துள்ளதையும் குறிப்பிட்டுள்ளார் (பக். 29 – 30).

1868இல் கரூர் – ஈரோடு இரயில்பாதை நிறைவடைந்தது. அதுவரை இரயிலையே பார்த்திராத மக்கள் 'இரயில் சாமி' என்று பெயரிட்டு அதை வரவேற்றதையும் ஆசிரியர் பதிவு செய்துள்ளார்.

கரூர் – ஈரோடு இணைப்பில் முதல் இரயில் சேவை தொடங்கப்படுவதைப் பற்றிக் கிராம அதிகாரிகளுக்கு முன்கூட்டித் தகவல் கொடுக்கப்பட்டது. கிராமத்தின் பெரும்பாலானவர்கள் கிராமத்திலிருந்து குறுக்கு வழியில் 3.கி.மி.சென்று, இப்போதைய மூர்த்திபாளையம் ஸ்டேசனுக்குச் சுமார் 2 கி.மீ. முன்னால் பொங்கல் வைத்து இரயில்சாமி கும்பிடக் காத்திருந்திருக்கிறார்கள். இரயில்சாமி அவர்கள் பொங்கலை ஏற்றுக்கொள்ளக் கூட்டமிருக்குமிடத்திலெல்லாம் நின்று நின்று செல்லும் என்று எதிர்பார்த்திருக்கிறார்கள்! ஆனால் வழி நெடுக இப்படிப் பொங்கல் பானைகளோடு கூட்டம் காத்திருந் ததால் இரயில் வண்டி, ஸ்டேசன்களில் மாத்திரமே நின்று சென்றிருக்கிறது. அதற்கு முன்பு, மனித அல்லது மிருகச் சக்தியில்லாமல் ஓடும் எந்த வாகனத்தையும் அவர்கள் கண்டதில்லை. எனவே இரயில் வண்டி நிற்காமல் சென்ற போது அவர்களுக்குப் பயம் வந்துவிட்டது. காத்திருந்த வர்கள் அவசர அவசரமாகத் தண்டவாளத்திலேயே தேங்காய் உடைத்து, ஓடும் 'ரத'த்திலிருந்து தூரத்தில் விலகியிருந்து சாமி கும்பிட்டுத் திரும்பி வந்திருக்கிறார்கள் (பக். 114).

ஜார் காலத்திய ருசிய நாவல்கள் சிலவற்றில் தபால் வண்டிகளில் கதைமாந்தர்கள் பயணித்த செய்தி இடம் பெறுகிறது. திருநெல்வேலி மாவட்டத்தில், சீர்திருத்தக் கிறித்தவ சபையின் உபதேசியராகப் பணியாற்றிய மரிய சவரிராயன் (1801 – 1874) என்பவர் தாம் எழுதிய நாட்குறிப்பில் தபால் வண்டிப் பயணம் குறித்து எழுதியுள்ளார். ஆயினும் இப்பயணம் குறித்து விரிவாக எதுவும் தெரியவில்லை.

1906 வாக்கில் கொடைக்கானல் பகுதியில் நிலம் வாங்கி ஏலக்காய்த் தோட்டம் போட்டிருந்த நா. காளியண்ணக் கவுண்டர், செட்டிப்பாளையத்திலிருந்து தபால் வண்டியில் தான் கொடைக்கானலுக்குப் பயணித்துள்ளார். இது குறித்து நூலாசிரியர் கூறும் பின்வரும் செய்தி தபால் வண்டிப் பயணம் குறித்து நாம் தெளிவாக அறிய உதவுகிறது:

> அந்தத் தபால் குதிரை வண்டி தினந்தோறும் கரூரிலிருந்து அதிகாலையில் கிளம்பி, மறுநாள் கொடைக்கானல் சேரும். தபால் வண்டிக்குக் கரூரில் கட்டப்படும் குதிரை கள் அரவக்குறிச்சியிலும் பிறகு வேடசந்தூரிலும் பிறகு திண்டுக்கல்லிலும் மாற்றப்படும்! இப்படிக் குதிரைகள் மாத்திரம் ஆங்காங்கே மாற்றப்படுமே தவிர வண்டி மாறாமலிருக்கும். அந்தக் குதிரைகளை மறுபடி எதிர் திசையில் திரும்பி வரும் தபால் வண்டியில் இணைத்து எந்தெந்த ஊர்களிலிருந்து அந்தக் குதிரைகள் வந்தனவோ அந்தந்த ஊர்களுக்கே திருப்பி அனுப்பி விடுவார்கள். இப்படித்தான் இரயில், பேருந்துகள் வருவதற்கு முன்பு தபால் விநியோகிக்கப்பட்டது. இந்தத் தபால் வண்டியில் தபால் பைகள் தவிர நான்கு பயணிகள் வரை பயணிக்க வசதியிருந்திருக்கிறது. அதற்குக் கட்டணம் செலுத்தித்தான் ந. காளியண்ணக் கவுண்டர் கொடைக்கானல் சென்று ஏலக்காய் விளைவித்திருக்கிறார்! (பக். 116).

தேவரடியார்

நிலவுடைமை அமைப்பில் நிலவிவந்த தேவரடியார் முறை குறித்தும் சில செய்திகள் இந்நூலில் பதிவாகியுள்ளன. கரூரில் இவர்களுக்கென்று ஒரு தெரு இருந்தது என்று கூறும் ஆசிரியர், "காசுக்கு ஒரு தேவடியாளென்றாலும் கரூர் தேவடியாள் ஆகாது" என்ற பழமொழியையும் அதற்கான விளக்கத்தையும் பதிவு செய்துள்ளார்.

செட்டிப்பாளையம் கிராமத்தில் நிகழும் திருமணங்களில் ஆரத்தி எடுக்கவும், கர்நாடக இசைப்பாடல்களைப் பாடவும் தேவரடியார்கள் அழைக்கப்பட்டுள்ளனர். இது மட்டுமின்றி

    ஆ. சிவசுப்பிரமணியன்

புண்ணியத் தலங்களுக்குச் செல்வோருக்குப் பயண முகவர்கள் போன்றும் இவர்கள் செயல்பட்டுள்ளதாகக் கூறும் ஆசிரியர் இது தொடர்பாகக் கூறும் செய்தி வருமாறு:

காசிக்கோ ராமேஸ்வரத்திற்கோ சிதம்பரத்திற்கோ எங்கள் ஊர்க் குடும்பத்தினர் செல்ல விரும்பினால், செல்ல விரும்பிய இடத்தைப் பொறுத்து, மூன்று அல்லது ஆறு மாதத்திற்கு முன்னாலேயே குன்றின் மறுபெயர் கொண்ட ஊரில் வசித்த தேவரடியார் குடும்பத்தினரிடம் ஏற் பாடுகள் செய்யச் சொல்லி விடுவார்களாம். அவர்கள் சிதம்பரத்தில் வசித்த தங்கள் இனத்தவருக்கு தகவல் தெரிவித்துவிடுவார்களாம். சிதம்பரத்தில் இருந்த அவர்கள் இனத்தவர்கள் கோயில் தீட்சிதர்களிடம் தொடர்பு கொண்டு, காசி போன்ற தலங்களுக்குச் செல்பவர்களுக்குத் தங்குமிடமும் பூசைகள் செய்வதற்கான ஏற்பாடுகளையும் அவர்கள் மூலம் செய்து வைத்துத் தகவல் தருவார்களாம். பயணத்தின் பல்வேறு பகுதிகளுக்கான ஏற்பாடுகளை அவர்களின் இனத்தவர்களின் வலைத் தொடர்புகள் மூலம்தான் செய்ய முடிந்தது என்று பின்னாளில் தெரி வித்தார்கள் (பக். 158).

மது மோகம்

ஆங்காங்கே பல துணுக்குச் செய்திகளைச் கூறிச் செல்லும் ஆசிரியர், மதுப்பிரியர்களான இரு சமிந்தார் சகோதரர்களை மையமாகக்கொண்டு உருவான துணுக்குச் செய்தி ஒன்றையும் குறிப்பிட்டுள்ளார். சகோதரர்கள் இருவரும் சென்னையில் முதல் முறையாகக் கடலை. பார்த்தபோது அவர்களுக்கிடையே நடந்த உரையாடலாக இத்துணுக்குச் செய்தி அமைந்துள்ளது.

மூத்தவர் இளையவரிடம் இந்தச் சமுத்திரத்தைப் பற்றி என்ன நினைக்கிறாய் என்று வினவினாராம். இளையவர், இந்தச் சமுத்திரம் முழுவதும் சாராயமாக இருந்திருந்தால், அள்ளி அள்ளிக் குடித்துக்கொண்டேயிருக்கலாமே என்று நினைப்பதாகச் சொன்னாராம்! அதற்கு மூத்தவர் நினைத்ததுதான் நினைத்தாய்! இந்தச் சமுத்திரம் முழுவதும் சாராயமாக இருந்து நாம் அதில் மீன்களாகப் பிறந்திருந்தால் எவ்வளவு இன்பமாக இருந்திருக்கும் என்று நினைத்திருக்க வேண்டும் என்று மறுமொழி சொன்னாராம்!

ராஜாஜி, இவர்களைத் திருத்தியதுடன், திருச்செங் கோட்டிற்கு அருகில் காந்தி ஆசிரமம் தொடங்கும்படிச் செய்தார் என்றும் ஆசிரியர் குறிப்பிடுகிறார்.

பிற செய்திகள்

கரூரில் நிகழ்ந்த படிப்படியான தொழில் வளர்ச்சி, இதில் பங்கு கொண்ட சாதியினர், நிதி நிறுவனங்களின் தோற்றம் அவற்றின் செயல்பாடு, புதிய பணக்கார வர்க்கம் உருவாதல், நகரிலும் நகரைச் சுற்றியுள்ள பகுதிகளிலும் நிலத்தின் மதிப்பு யர்தல், சுற்றுப்புறச் சூழலின் சீர்கேடு என்பனவெல்லாம் விறுவிறுப்பான நடையில், சலிப்பின்றிப் படிக்கும் வகையில் எழுதப்பட்டுள்ளன.

கைலி கட்டுபவர்களாக இஸ்லாமியர் மட்டுமே இருந்தமை (பக். 28), ஆங்கில அரசிடமிருந்து 'சர்' பட்டம் பெறுவதற்காகப் பெத்தாச்சி செட்டியார் என்பவர் மேற்கொண்ட அறச்செயல்கள் (பக். 26 – 28), வீட்டில் முகம் மழிக்க ஏற்பட்ட எதிர்ப்பு (பக். 116, 117), கார்த்திகை சூந்து தயரிக்கும் முறை (பக். 151), இறந்து போனவரின் உடலை எரியூட்ட வீட்டுக்கு ஒரு விறகு கொடுக்கும் பழக்கம் இருந்தமை (பக். 162), நிலவுடைமையாளர்களின் ஆள் தேவையைப் பூர்த்தி செய்யும் வழிமுறையாக, வழக்கிலிருந்த 'பண்ணைப் பாபக்கி', 'சோத்தாள்' என்ற ஊழிய முறை (பக். 1167 – 169), பள்ளர், கவுண்டர் மோதல் (பக். 192 – 194, 216) எனப் பல்வேறு செய்திகளும் இந்நூலில் இடம்பெற்றுள்ளன.

நூலின் சிறப்பு

தமிழ்நாட்டின் சமுக பொருளாதார வரலாறு ஆழமாக எழுதப்படாத சூழலில், 'நுண் வரலாறு', 'வட்டார வரலாறு' என்பனவற்றின் தேவைக்கு முக்கியத்துவம் உளளது. பரந்து பட்ட தமிழ்நாட்டின் வரலாறு எழுத இத்தகைய வட்டார வரலாறுகள் பெரிதும் துணைநிற்கும்.

"நூலாசிரியரின் அரட்டை பெருமளவுக்கு 'உழுவித் துண்பவர்'களுடன் நிகழ்ந்ததால் அதன் தாக்கமும் ஆசிரியரின் முடிவுகளைப் பாதித்திருக்கலாம்" என்று நூலின் முன்னு ரையில் (பக். 13) ஆசிரியர் குறிப்பிட்டுள்ளார். 'உழுதுண்போர்' மனப்பதிவுகளும் பதிவு செய்யப்பட வேண்டியதன் அவ சியத்தை நூலாசிரியர் உணர்ந்துள்ளதையே இது காட்டுகிறது. அவர்களின் சமுக நினைவுளும் பதிவு செய்யப்படும்போது சமுகத் திறனாய்வுடன் கூடிய வரலாற்றுத் தரவுகள் மேலும் கிட்டும்.

தம் சமுக நினைவுகளை மெருகேற்றாது ஆசிரியர் பதிவு செய்துள்ளார். அதே நேரத்தில் விமர்சனத் தன்மையும் எள்ளலும் ஆங்காங்கே இடம்பெறுகிறது. தற்சார்பின்மையும் ஒடுக்கப்

     ஆ. சிவசுப்பிரமணியன்

பட்டோர் தரப்பு நியாயங்களையும் கணக்கில் எடுத்துக் கொள்ளுதலும் இந்நூலின் சிறப்பம்சமாகின்றன. இந்நூலில் மீண்டும் மீண்டும் இடம்பெறும் ஒரே செய்தி மணல் கொள்ளை தான் *(பக். 141, 142, 143, 145, 148, 149, 184, 210, 237, 239, 240).* அந்த அளவுக்கு இந்நூலாசிரியரை இது பாதித்துள்ளது.

இரண்டு கோடி ஆண்டுகளில் மெல்ல இயற்கை உருவாக்கித் திரட்டி ஆறுகளில் மணலை இருப்பாக்கி, ஆற்று நீரை உறிஞ்சித் தேக்கி வைக்கும் கடல் பஞ்சு போல் அமைத்து, அவ்வாறு தேக்கிய நீரைச் சிறுகசிறுக நிலத்துக்குள் செலுத்தி நிலத்தடி நீரைச் செறிவடையச் செய்வதற்கு ஏற்படுத்தி வைத்த அற்புதத்தை, இருபத்தைந்தே ஆண்டுகளில் அரசு அனுமதியுடன் அல்லது அதிகாரிகள், அரசியல்வாதிகள் துணையோடு திருட்டுத்தனமாக, காலி செய்துவிட்ட அநீதி நம் கண்முன்னே நடந்து கொண்டிருக்கிறது

என்று வருந்தும் ஆசிரியர், சொட்டு நீர்ப் பாசனத்தின் துணை யுடன் 1996இல் தான் அமைத்த பழத்தோட்டத்தின் நிலை குறித்து,

ஆற்று மணல் முழுவதும் சுரண்டப்பட்டு விட்டபிறகு, நிலத்தடி நீரே கீழிறங்கிவிட்டதால் பழத்தோட்டம் பாழ்தோட்டமாகி வருவதைப் பார்த்துக்கொண்டு இந்தச் சிக்கலிலிருந்து மீள வழிதெரியாமல் தற்போது வெட்டியாகப் பொழுதைக் கழித்துக்கொண்டிருக் கிறேன்

என்ற கூற்றுடன் நூலை முடிக்கிறார். இன்றைய சமூகச் சூழலில் இவ்வாறு எழுதுவதைத் தவிர அமைப்புச் சாராத ஒரு கல்வி யாளரால் வேறு என்னதான் செய்ய முடியும்?

பொதுவாக உயர்கல்வி ஆய்வு நிறுவனங்கள் தம் வெளி யீடுகளை, உயர்கல்வியாளர்கள், ஆய்வாளர்கள் ஆகியோரை முன்னிருத்தியே வெளியிடுவது வழக்கம். இதற்கு விதிவிலக்காக, 'சென்னை வளர்ச்சி ஆராய்ச்சி நிறுவனம்' சராசரி வாசகனையும் முன்னிருத்தி இரண்டு தமிழ் நூல்களை ஏற்கனவே வெளி யிட்டதுடன், அதன் தொடர்ச்சியாக இந்நூலையும் வெளி யிட்டுள்ளமை வரவேற்க வேண்டிய ஒன்று.

இதன் பொருட்டு இந்நிறுவனத்தின் முன்னாள் மற்றும் இன்னாள் இயக்குநர்களையும், தமிழ் நூல் வரிசையின் பொதுப் பதிப்பாசிரியரையும் பாராட்டுவது அவசியம். ஏனெனில் இத்தகைய வெளியீடுகள் சராசரித் தமிழனையும் காலப் போக்கில்

இந்நிறுவனத்துடன் இணைக்கும் தன்மையன. ஆய்வுக் கருத்துக்கள் ஆய்வாளர்களை மட்டுமன்றி, சாமானியனையும் சென்றடையும்போதுதான் அதன் தாக்கம் சமூக மாறுதல் களுக்கும், புரிதல்களுக்கும் உறுதுணையாக அமையும்.

(சென்னை வளர்ச்சி ஆராய்ச்சி நிறுவனத்தினர் 2008 ஜூலை மாதம் சென்னையில் நடத்திய இந்நூலின் அறிமுக விழாவில் ஆற்றிய உரையின் சுருக்கம்.)

❦

     ஆ. சிவசுப்பிரமணியன்